MGA PUNDASYON NG PANANAMPALATAYA
ISAIAH 58 MOBILE TRAINING INSTITUTE

ALL NATIONS INTERNATIONAL   TERESA SKINNER
GORDON SKINNER   AGNES I NUMER

Translated by
OLGA FERNANDEZ
Translated by
CORA NAVARRA

Isaiah 58 Mobile Training Institute
Mga Pundasyon ng Pananampalataya

ISBN: 978-1-950123-16-2
Copyright © 2016 All Nations International
All rights reserved.

English publication: Unless otherwise indicated, all Scripture quotations are taken from the Holy Bible, King James Version - Public Domain Scripture quotations marked (NLV) are taken from the Holy Bible, New Life version, copyright © Christian Literature International Scripture quotations marked (ESV) ® Bible (The Holy Bible, English Standard Version®), copyright © 2001 by Crossway, a publishing ministry of Good News Publishers. Used by permission. All rights reserved." Scripture quotations marked (Wuest) were taken from the New Testament and Expanded Translation by Kenneth S. Wuest © 1961 by the Wm. B. Eerdmans Publishing Co. Used by permission

Isaiah 58: Ang aklat ng Espiritual na pag-sasanay C 2016 Handog sa Lahat ng Bansa Kung nais ninyong magkaroon ng kopya, maaring bumisita sa www.all-nations.org (Isinalin sa Tagalog ni Olga Fernandez, hango sa Bible.com, ng Mabuting Balita Biblia (MMBTAG, You version)
Akda ni: Rev. Agnes I. Numer, Rev. Gordon Skinner, Rev. Teresa Skinner

Editorya: Julie Montague, Ashley Flores, Virginia Russell, Amber Lawton, Linda Vasquez

Nagsalin ng mensahe: Jennene Jeffrey at Kathy Vanzandt

Sining ni: Julian Peter V. Arias, Jumi Sabbagh, Teresa Skinner, Adobe Stock, www.freepik.com

Kumuha ng Larawan: Monique Handall

Larawang Pangbalat Guhit ni: Julian Peter V. Arias and Eve Lorraine Rivers Trinidad

Isaiah 58 Mobile Training Institute ay isang librong naisalin ay nakaprograma at gabay na magagagmit sa pagsasanay. Maaring makipagugnayan sa kinatawan. Bumisista sa pahina ng aming
website: www.all-nations.org

ANG NILALAMAN

Panimula	vii
1. Ang Pundasyon ng Pananampalataya	1
2. Sino ang Diyos	4
3. Bakit Ginawa ng Diyos ang Tao?	11
4. Ano ang Kasalanan?	19
5. Sino si Hesus?	27
6. Ano ang Pagsisisi?	32
7. Ano ang Kaligtasan?	36
8. Ano ang Bautismo sa Tubig?	43
9. Sino ang Banal na Espiritu?	53
10. Ano ang Bautismo ng Espiritu Santo?	57
11. Ano ang Dapat kong gawin Upang Maligtas	64
12. Humayo at Gumawa ng Alagad!	67
Tungkol sa May-akda	75

PANIMULA

All Nations International (ANI), ay isang Iglesya, at Sommer Haven Ranch International, ay isang makatao at mapagkawanggawa, ito ang dalawang organisasyong binuo na pinangunahan ni Rev. Agnes I. Numer at pumanaw noong Hulyo 17, 2010 sa 95 taong gulang. Naiwan niya ang pamamahala matapos ang limamput anim (56) na taon, naitatag ang matibay na legado. Ang paglilingkod ay nabuo ayon sa Panginoon at salita base sa ulat ng Isaiah 58. Noong ipinakita ng Diyos ang pangitain kay Agnes, sinabi sa kanya, "ito ang plano Ko sa Iglesya sa mga huling araw." Ipinakita sa kanya ang eroplano, tren, bodega, paaralan sa pagsasanay, bahay kublihan, pamamahagi ng mga pagkain, at marami pang iba.

Mahirap maipaliwanag ang kabutihang naidulot ng gawaing paglilingkod sa nakaraang 50 taon simula ng maitatag ito. Kasing hirap ng katanungang, "Gaano karaming kahoy ang nasa buto ng isang mansanas?" Malawak ang nagawa sa pangkalahatang ministeryong ito ang ... ikalat ang mga buto. Maraming mga pinuno ang nabigyan ng pangitain, pagsasanay, yumabong, nahimuk, napalakas, at nabiyayaan. Ang mga namuno ay humayo, at nagpasimuno ng mga gawain sa ibat - ibang panig ng mundo.

PANIMULA

Tinangap nila ang pangitain, ang pag-asa, plano, at mga panuntunan sa kaharian ng Diyos, nagbunga ito, at buong sigla nilang isinagawa at isinakatuparan ang kanilang layunin.

Itong pandaigdigan ministeryo , ay patuloy na maglilingkod, at buong pusong magtitiwala sa Diyos bilang "Jehovah Jireh" (Diyos Pangangailangan). Ibinibigay ng Diyos ang lahat ng pangangailangan ayon sa paglilingkod nais ng Panginoon maisagawa, sa kaparaanan ni Yahweh. Sa pagsasanay na ito, nais naming maibahagi ang mga prinsipyo na aming natutunan, natanggap na pinagpala ng Panginoon. Ibinibigay namin sa Diyos ang lahat ng papuri. Ang mga pagsasanay sa pamamagitan ng kanyang banal na espiritu ay para sa mga tengang makikinig, pusong maunawain, at kaloobang masunurin.

Ipinakita ng Diyos kay Rev. Agnes I. Numer ang paaralan ng Bibliya, upang ang pagsasanay ay maipamahagi kaloob ang mga prinsepyo at panuntunan maihayo sa mga bansa. Noong bumisita siya sa Pilipinas, isang grupo ng mga pastor at mga namumuno ang nagmungkahi kung saan maaring dalhin at mailapat ang araling napakikilos kahit saan na pagsasanay at maipamamahagi ng mga manggagawa. Isaiah 58 Mobile Training Institute. Ito ay isa ng aklat at naka ebook.

Maraming Salamat

All Nations International

Habbakuk 2:2 -At ang Panginoon ay sumagot sa akin, at nagsabi, Isulat mo ang pangitain, at iukit mo na malinaw sa mga tapyas na batoupang makatakbo ang bumabasa niyaon. (KJV)

I Timothy 2:2- Ang hari at ang lahat ng nangasa mataas na kalagayan; upang tayo ay mangabuhay na tahimik at payapa sa buong kabalanalan at kahusayan.(KJV)

Itinatalaga ang aklat na ito: Para sa lahat na gustong makalaam . . . ngunit hindi nagkaroon ng guro.

Para sa lahat ng nakaunawa sa pangitain . . . maipangangaral na nila ito.

Para sa lahat na gustong makaalam sa mga susunod na hakbangin?

Para sa lahat ng mangangaral . . . pero hindi nila alam kung ano ang ituturo.

Para sa lahat ng naghahanap kay Cristo - ang pagasa natin maibahagi ang kaluwalhatian ng Diyos!

Mangyari nawa na ang aklat na ito ay maging gabay mo at mapalapit ka kay Hesus.

Nawa ang kapayapaang handog ni Hesus ay mapasa iyo hanggang wakas.

Ang may akda.

Pagkilala

Napakarami ang magbahagi sa manwal na ito. Sa mga may akda at editor, manunulat, at mga manlilikha. Ito ay nabuo at nasulat sa loob ng 40 taon.

Salamat sa inyong taglay na: I Corinto 3:6-8

"Ako ang nagtanim, si Apolos ang nagdilig, subalit ang Diyos ang

nagpalago. Ano pa't walang anoman ang nagtatanim, ni ang nagdidilig; kundi ang Diyos ang nagpapalago. Ngayon ang nagtanim at ang nagdidilig ay iisa; nguni't ang bawa't isa ay tatangap ng kaniyang sariling kagantihan ayon sa kanilang sariling pagpapagal."(KJV)

ANG PUNDASYON NG PANANAMPALATAYA

Sa ating pagtangka na maibahagi kung sino ang Diyos, tayo ay may pagmumuok na haharapin: sa mundong kasalukuyan, sa taong mananampalataya, hindi nila lubos na mauunawan ang walang katapusan Pagkatao ng kanilang Sinasamba at sa kanilang panannaw ay likhang isip lamang o kaya ay nasa langit na ang pagitan ay kalawakan. Datapwat ang Diyos ay sang Mapagmahal nating Lumikha na gumagabay sa bawât isa sa atin at hayagang ipinadarama ang wagas na Pag-ibig sa basat sandali ng rating buhay.

Bilang isang Pastor, may karanasan kang nakipagusap sa tao na ayaw maniwala sa Buhay na Diyos at tayo'y nilalang kawangis niya. Ang Diyos na nagpakita sa Lumang Tipan at Diyos ni Abraham, Isaac, at Jacob. Ang Diyos na tumugon na may pag-apoy. Siya rin and Diyos na hindi nagbago noon, ngayon at magpakailan paman. Siya ang Hari ng mga hari.

Sa huli, ang kasagutan upang makilala and Diyos ay alamin kung sino ba Siya talaga ang paraan upang makilala Siya ay kilanin kung sino siya at hindi ayon sa kathang kagustuhan natin.

Kaya, itong maikling aralin, aming ibabahagi ay mga pamamaraan upang ipakilala ang Diyos at ang kanyang Katauhan.. Ang balangkas na naibahagi namin sa maikling palabas sa video ay makakatulong sa pagpapaliwanag ng mga panuntunang biblical at batayan ng pagtalakay, upang maunawaan ng mga mag-aaral ninyo. Asahan namin ang pag-galaw ng banal na Espiritu sa pamamagitan ng aklat na ito ay makilala mong lubos ang Diyos.

Hangarin ninyong alamin kung sino ang tunay na Diyos, ito ay mahalaga. Minsan, parang gusto nating isipin na ang Diyos ay nilikha kawangis natin; tayo ay nagkakamali sapagkat nilikha tayo kawangis Niya. Nagpakita ang Diyos sa Lumang Tipan bilang Diyos ni Abraham, Isaac, at Jacob. Siya rin ang naturingang Diyos na tumugon na may pag-apoy.

Mahalagang pagpasya ka na malaman kung sino ang Diyos. Gusto niyang mabalik ang relasyon at pakikipagkaisa natin sa kanya mula noon simula sa hardin ng Eden. Hangarin niya na makilala siya ng lubusan. Katulad ng paglalakad niya kasama si Adan at Abraham; makamtam ang labis na mapagmahal ng Dakilang Ama, paglakad tungo sa pagkakilala sa tunay na Diyos.

At tulad ng nakasulat sa Mga Awit 103:7 "Mga plano niya't

utos kay Moises ibinilin; ang kahanga-hangang gawa'y nasaksihan ng Israel."

Sa ibaba, pag-aaralan ang mga pahayag at katanungan, hayaan nating mangusap ang Diyos sa iyo.

Sa seksyon na ito, malalaman natin ang tanong at mga kasagutan sa mga sumusunod na katanungan.

Umaasa kami sa paghahanap mo ng kasagutan, **makikilala mo ang Diyos.**

MGA TANONG NA KAILANGAN NATING SAGUTIN:

- Sino ang Diyos?
- Saan siya nakatira?
- Ano ang kulay ng Diyos?
- Sino ang pinili ng Diyos na magpapakilala sa kanya?
- Paanong inihanda ng Diyos ang mga Hudyo?
- Bakit mahalaga ito para sa atin?

Balik Tanaw tayo:

SINO ANG DIYOS

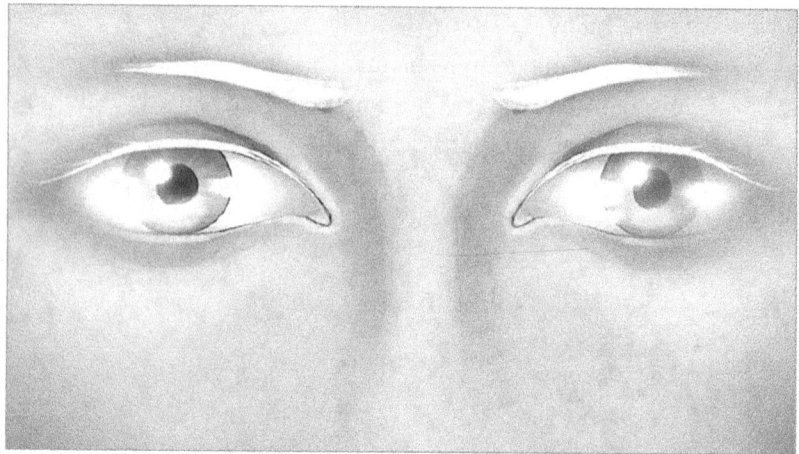

Sa panahon ngayon, marami ang nagsisimba, subalit hindi maliwanaw ang "paniniwala" sa Diyos na Lumikha na sinasamba. Sa paniniwala nila ang Diyos ay nilalang sa ating wangis; ang katotohanan ang tao ay nilalang ng Diyos sa kanilang sariling larawan, ayon sa larawan ng Diyos tayo nilalang. Ang Diyos ay nagpakilala sa Lumang Tipan bilang Diyos ni

Abraham, Isaac, at Jacob, at ang Diyos na tumugon sa pamamagitan ng pag-apoy.

Kilalanin natin kung sino Siya...at hindi sa panuntunan natin.

Suriin ang mga pahayag at katanungan sa ibaba, **at payagan ang Diyos magbunyag kung sino Siya.**

SINO ANG DIYOS?

Panoorin ang Video: "Pagkakalikha sa Genesis"

May Diyos...bago tayo nilikha. Ang Diyos ay noon, ngayon, at magpa - walang hanggan. Ang Diyos ay walang hangganan – walang simula at walang katapusan. May Diyos . . .bago tayo nilikha, at mananatili hanggang sa ating kamatayan. Ating mababasa sa Genesis, nilikha ng Diyos, ang lahat ng bagay, ang langit at lupa, at lahat ng may buhay. Nilikha din ng Diyos ang tao kawangis niya.

Genesis 1:1 "Nang pasimula ay nilikha ng Diyos ang langit at ang lupa.

Ginawa niya ang tao na kawangis niya. Hindi ginawa ng tao ang wangis ng Diyos.

Magtala ng ilang minute para panoorin ang Paglikha sa Genesis video. Pagmasdan ninyo sa video ang kadakilaan ng paglikha ng Diyos, paano niya nilikha ang tala, planeta, tubig, at ang tao, ikaw at ako.

Genesis 1:26 Pagkatapos, sinabi ng Diyos: "Ngayon, likhain natin ang tao ayon sa ating larawan, ayon sa ating wangis. Sila ang mamamahala sa mga isda, sa mga ibon sa himpapawid at sa lahat ng hayop, maging maamo o mailap, malaki o maliit." v. 27 "Nilalang nga ng Diyos ang tao ayon sa kanyang larawan. Sila'y kanyang nilalang na isang lalaki at isang babae,"

Ang tao ay nilikha kawangis ng Diyos. Ano ang kanyang wangis o anyo? Ano ang kanyang pagkatao at katauhan?, ano ang kanyang naramdaman sa nilikha? Ano ang damdamin ng Diyos sa iyo?

Ang Diyos ay mapanibughuin para sa iyo.

Kagustuhan ng Diyos ang dakilaan sa iyo. Alam niya ang kasalanan ay nagdudulot ng pagwasak, at kamatayan. Nagbigay ng mga kautusan sa pamumuhay. Ang Bibliya ay isang aklat ng pagtuturo. Ito'y mga salita ng Diyos naisulat para sa atin, gabay upang maunawaan ang pamamaraan ng kanyang mga utos at panuntunan.

Exodo 34:14 "Huwag kayong sasamba sa ibang diyos sapagkat akong si Yahweh ay mapanibughuing Diyos."

Ang Diyos ay maawain, mapagbigay-loob, madahan magalit, sagana sa mapagkandiling pagmamahal, at katotohanan.

Exodo 34:6 "Si Yahweh ay nagdaan sa harapan ni Moises at sinabi niya, "Akong si Yahweh ay mahabagin at mapagmahal. Hindi ako madaling magalit; patuloy kong ipinadarama ang aking pag-ibig at ako'y nananatiling tapat."

Mga Awit 145:8 "Si Yahweh'y mapagmahal at puno ng habag, hindi madaling magalit, ang pag-ibig ay wagas."

SAAN ANG TAHANAN NG DIYOS?

Ang Diyos ay nanahan sa langit, at sa ating puso.

Lumapit tayo kay Hesus humingi ng kapatawaran at magsisi sa

lahat ng ating kasalanan, at kanyang igagawad ang kapatawaran. Inilikha tayo ng Diyos para sa kanyang kaluguran, at kaluwalhatian. Kagustuhan ng Diyos ang pagmamahal at pagkakakilanlan natin sa kanya. Ito ang kadakilaan ng kanyang paglikha mula pasimula.

Efeso 2:21-22

21 Sa pamamagitan niya, ang bawat bahagi ng gusali ay nagkakaugnay-ugnay at nagiging isang banal na templo ng Panginoon. 22 Dahil din sa inyong pakikipag-isa sa kanya, kayo man ay kasama nilang naging bahagi ng tahanan ng Diyos sa pamamagitan ng Espiritu.

Ang Diyos ay may sariling kaharian, at sariling nasyonalidad.

Madalas, sa kaisipan ng tao, ang Diyos ay katulad ng kanilang Ama o kaibigan. Mali ito. Ang Diyos ay may sariling kultura, may sariling pagpapahayag. Wala tayong kakayanan pamahalaan o pangunahan. Siya ay Panginoong Diyos.

Lukas 11:2 "Sinabi ni Jesus sa kanila, "Kung kayo'y mananalangin, sabihin ninyo, 'Ama, sambahin nawa ang iyong pangalan. Nawa'y maghari ka sa amin."

Juan 18:36 "Sumagot si Jesus, "Ang kaharian ko'y hindi sa daigdig na ito. Kung sa daigdig na ito ang aking kaharian, ipinakipaglaban sana ako ng aking mga tauhan at hindi naipagkanulo sa mga Hudyo. Ngunit hindi sa daigdig na ito ang aking kaharian!"

ANO ANG KULAY NG DIYOS?

Panoorin ang Video: "Ano ang Kulay ng Diyos?"

ANG DIYOS AY ILAW – *sa liwanag sasaiyo ang lahat ng kulay.*
 I Juan 1:5 "Ito ang aming narinig sa kanyang Anak at ipinapahayag naman namin sa inyo: ang Diyos ay ilaw at walang anumang kadiliman sa kanya."

Ang Diyos ay hindi puti, kayumanggi, dilaw, o itim.
Ang Diyos ay walang kulay.

Ang mga iginuhit na larawan ng Diyos, ay mga ideya o kathang isip lamang ng tao. Sinabi ng Diyos, lahat ng tao nilikha kawangis niya, lahat ng tao ay nilikha ng Diyos, at sa kanyang wangis.

Genesis 1:27 "Nilalang nga ng Diyos ang tao ayon sa kanyang larawan. Sila'y kanyang nilalang na isang lalaki at isang babae,"

SINO ANG PINILI NG DIYOS NA KUMAKATAWAN SA KANYA?

Ayon sa kasaysayan **pinili ng Diyos ang** bansang Israel, bayan ng mga Hudyo. Sila inihanda at hinirang ng Diyos sa mahigit na 4,000 taon, kung saan nagmula ang kanyang anak na si Hesus, ang Messias para sa mundo.

Deutoromio 7:6 "Kayo ay bansang itinalaga kay Yahweh. Hinirang niya kayo sa lahat ng bansa upang maging kanyang sariling bayan."

Sa panahon ngayon, **hinirang ng Diyos ang** mga mayroong taingang nakikinig.

I Pedro 2:9 "Ngunit kayo ay isang lahing pinili, grupo ng maharlikang pari, isang bansang nakalaan sa Diyos, bayang pag-aari ng Diyos upang magpahayag ng mga kahanga-hangang ginawa niya. Siya ang tumawag sa inyo mula sa kadiliman patungo sa kanyang kahanga-hangang kaliwanagan."

PAANO INIHANDA NG DIYOS ANG MGA HUDYO?

Ipinakilala ng Diyos ang katauhan niya.

Iginugol ng Diyos ang panahon kay Adan at Eba sa hardin ng Eden. Itinuro sa kanila kung paano pangalagaan ang hardin, at ang kanilang sarili. Sa aklat ng Exodo, ayon sa sulat, makikita natin kapiling araw-araw ng Diyos and mga Israelita, ang Panginoon ang nangunguna sa kanila, isang haliging ulap ang patnubay sa araw, at isang haliging apoy sa gabi upang sila'y makalakad araw at gabi ay hindi humihiwalay sa harap ng bayan. Humigit 40 taon, pinakain sila ng Diyos mula sa kanyang palad hanggang narating nila ang Lupang Pangako.

Naturuan ng Diyos ang mga Hudyo na magbahagi ng kuwento hanggang may kakayahan na silang isulat ang kanilang kasaysayan. Ipinakita ni Yahweh ang kahalagahan ng pagbabahagi sa kanyang mga pamamaraan, at mga kautusan sa henerasyon ng kanilang mga anak, at apo at kaapo-apohan.

Naturuan sila ni Yahweh tungkol sa moralidad; kung ano ang tama at mali.

Nangyari lahat ito sa loob ng 4,000 taon inihanda ng Diyos ang mga Israelita sa pagdating ni Hesus sa kanila.

- Adan kay Abraham - 2,000 taon *(20 henerasyon)*
- Abraham kay Hesus - 2,000 taon *(55 henerasyon)*
- Hesus sa kasalukuyan - 2,000 taon

Mateo 1:17 "Samakatuwid, may labing-apat na salinlahi mula kay Abraham hanggang kay David, labing-apat mula kay David hanggang sa pagkabihag ng mga Israelita sa Babilonia at labing-apat din mula sa pagkabihag sa Babilonia hanggang kay Cristo."

BAKIT MAHALAGA ITO SA ATIN?

Mahalagang mapagtanto natin kung sino ang Diyos. Layunin niyang maibalik ang pagmamahal at pagkakilanlan natin sa kanya mula panimula, doon sa hardin ng Eden; ang makilala natin siyang lubusanl, at malalim na pagkakilanlan, katulad ng pakikitungo niya kay Adan, at Abraham; ganito ang "Diyos nating "hindi mapapaniwalaan" nang kilalanin natin ng lubusan, sino Siya.

Mga awit 103:7 "Mga plano niya't utos kay Moises ibinilin; ang kahanga-hangang gawa'y nasaksihan ng Israel."

Ito ay upang **makilala natin ang Diyos.**

Balik Tanaw tayo:

BAKIT GINAWA NG DIYOS ANG TAO?

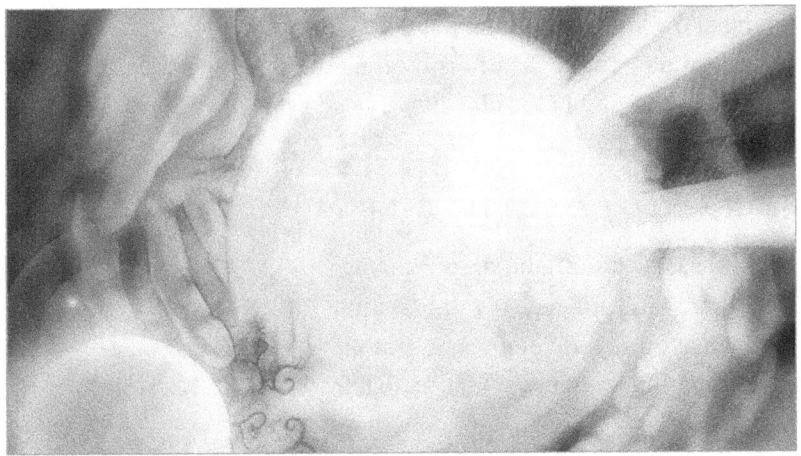

Angkin ng Diyos ang lahat, kaya niyang lumikha at siya ay ganap sa kanyang sarili; wala siyang pangangailangan; Ano ang dahilan nilikha niya ang tao?

Alam ng Diyos ang lahat. Alam kung sino ang kaniyang magandang nilalang na si Adan at Eba ay magkakasala. Alam niya na ang kagandahan ng nilalang ay masisira ng kamatayan at kapahamakang bunga ng labag na pamumuhay ayon sa kalooban ng Diyos; kung gayun, bakit pa niya nilikga ang tao?

Nilikha ng Diyos ang tao, dahil nais niya ang tao ay malaya siyang kikilalanin, kakausapin, pananahanan at makakapiling magpakailanman. Nais niyang ipadama ang pusong mapagmahal ng Diyos Ama sa kanyang hinirang. Alam niya na kahit kaunti magkakaroon ng taong magmamahal at mapipisan sa kanya magpakailanman. Alam niya na kung may ilang taong nakakakilala sa kanyang kamangha-manghang kagandahan, ipamamalita nila ito.

Levitico 26:12 "Ako'y inyong kasama saanman kayo magpunta; ako ang magiging Diyos ninyo at kayo naman ang magiging bayan ko."

Isaias 43:21 "Nilalang ko sila upang maging aking bayan, upang ako'y kanilang laging papurihan!"

Pag-aralan ang mga sumusunod na tanong at hayaan ipakita sa iyo ng Diyos kung bakit nilalang niya ang tao.

PAANO NILIKHA NG DIYOS ANG TAO?

Mula sa alabok ng lupa, Inilikha ng Diyos and tao yaon sa kanyang sariling larawan ayon sa kanyang wangis; at magkaroon ng kapangyarihan sa ibabaw ng lupa, magka-anak , magparami at pamahalaan ang mundo.

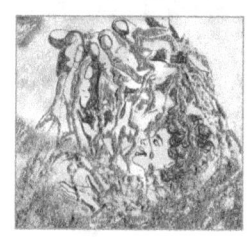

Genesis 1:26 "Pagkatapos, sinabi ng Diyos: "Ngayon, likhain natin ang tao ayon sa ating larawan, ayon sa ating wangis. Sila ang mamamahala sa mga isda, sa mga ibon sa himpapawid at sa lahat ng hayop, maging maamo o mailap, malaki o maliit." 27 Nilalang nga ng Diyos ang tao ayon sa kanyang larawan. Sila'y kanyang nilalang na isang lalaki at isang babae,"

Genesis 2:7 "Pagkatapos, ginawa ng Panginoong Yahweh ang

tao mula sa alabok, hiningahan niya sa ilong, at nagkaroon ito ng buhay."

Nakita ng Diyos na mag-isa lang si Adan, kaya nilikha niya ang babae, si Eba mula sa tadyang na kinuha niya sa tagiliran ni Adan.

Genesis 2:18 "Matapos gawin ang lahat ng ito, sinabi ng Panginoong Yahweh, "Hindi mabuti na mag-isa ang tao; bibigyan ko siya ng isang angkop na makakasama at makakatulong."

Genesis 2:21 "Kaya't pinatulog ng Panginoong Yahweh ang tao. Samantalang nahihimbing, kinuha niya ang isang tadyang nito at pinaghilom ang laman sa tapat niyon. 22 Ang tadyang na iyo'y ginawa niyang isang babae, at dinala niya ito sa lalaki."

PAANO TAYO NILIKHA NA KAWANGIS NG DIYOS?

Kung may magsasabing, katulad ka ng iyong Ama, ang ibig nilang sabihin ay katulad mo sa pananalita, paglalakad, pag-iisip at gawa ang iyong Ama, o kaya'y taglay ang mga katangian at abilidad niya. Nikikha tayo ng Diyos, at binigyan ng kakaibang katangian at kaalaman mula sa kanya.

Meron tayong esprituwal na kaalaman upang makilala, makausap, maramdaman ang Diyos sa kanyang presensya.

Taglay natin ang malayang kalooban – kaya nating pumili.

Tayo ay malikhain – kaya nating lumikha.

May Taglay na katalinuhan - kaya nating mag-isip, mag-aral at umunawa.

Tayo ay may kapangyarihan – kakayanang mamuno, manupil, mamahala, at magparami.

ANO NGA BA ANG HARDIN NG EDEN?

Mag-isip ka ng lugar – ang pinakamagandang hardin o isang dako kung saan walang sakit, nagdurusa, mahirap; lahat ng kailangan mo para sa pagkain ay likas sa halamanan para sa iyo.

Ang mga hayop ay mapayapang nabubuhay; walang nag-aaway, nagagalit; masalimuot na salita. Kapiling ang Diyos at mga nilikha niya naglalakad, nag-uusap sa hardin pagsapit ng gabi ang simo'y malamig.

Lahat ay kaaya-aya.

Sa simula ito ang ginawa ng Diyos, para sa mga mahal niyang nilikha.

Genesis 2:8 "Gumawa ang Panginoong Yahweh ng isang halamanan sa Eden, sa dakong silangan, at doon dinala ang taong kanyang nilalang. 9 Pinatubo niya roon ang lahat ng uri ng punongkahoy na magagandang pagmasdan at masasarap ang bunga. Sa gitna ng halamanan ay naroon ang punongkahoy na nagbibigay-buhay, at gayundin ang punongkahoy na nagbibigay-kaalaman tungkol sa mabuti at masama."

ANO ANG NAG-IISANG PUNONG IPINAGBAWAL?

Bawal kainin ang bunga ng punongkahoy na magbibigay ng kaalaman tungkol sa mabuti at masama.

Rebelyon, pagsuway, makasarili, kasinungalingan, panlalamang, paninisi, kawalang tiwala, pagdududa, mapagbintang, kahihiyan at iba pa, maraming kasalanan ang nag-ugat sa nag-iisang "huwag" na utos ng Diyos kay Adan at Eba. Hindi natin kailangan ng maraming batas at alituntunin upang maantig ang ating makasalanang kalikasan. Ayaw natin masasabihan kung ano ang gagawin. Ang nais natin "**gawin ang ating naisin sa sarili nating pamamaraan**" dapat, sa halip ay ang pamamaraan ng Diyos.

Genesis 2:16 "Sinabi niya sa tao, "Makakain mo ang alinmang

bungangkahoy sa halamanan, 17 maliban sa bunga ng punongkahoy na nagbibigay ng kaalaman tungkol sa mabuti at masama. Huwag na huwag mong kakainin ang bungang iyon, sapagkat sa araw na kainin mo iyon ay mamamatay ka."

SINO ANG ISANG KAAWAY NG DIYOS?

May isang kaaway ng Diyos, namumuhi siya sa Diyos at sa kanyang mga nilikha. Galit siya sa mga taong nagmamahal sa Diyos. Ang kaaway na ito ay gagawin lahat ng kasamaan upang pigilan ang plano ng Diyos. Ang pangalan ng kaaway na ito ay Satanas o ang Diablo. Pinasok niya ang hardin ng Eden at nag-anyong ahas upang linlangin at lasunin ang kaisipan ni Adan at Eba. Siya'y tuso at tuod ng panlilinlang balikwas sa katotohanan, nais niyang akusahan ang Diyos, nalinlang si Eba sa kanyang kasinungalingan. Ang layunin niya ay magnakaw, pumatay at pumuksa.

GENESIS 3:1 'Ang ahas ang pinakatuso sa lahat ng hayop na nilikha ng Panginoong Yahweh. Isang araw tinanong nito ang babae, "Totoo bang sinabi ng Diyos na huwag kayong kakain ng anumang bungangkahoy sa halamanan?" 2 Sumagot ang babae, "Maaari naming kainin ang anumang bunga sa halamanan, 3 huwag lamang ang bunga ng puno na nasa gitna niyon. Sinabi ng Diyos na huwag naming kakainin ni hihipuin man ang bunga nito; kung kami raw ay kakain nito, mamamatay kami." 4 Ngunit sinabi ng ahas, "Hindi totoo iyan, hindi kayo mamamatay! 5 Sinabi lang iyan ng Diyos, sapagkat alam niyang kung kakain kayo ng bunga niyon ay makakaunawa kayo. Kayo'y magiging parang Diyos at malalaman ninyo ang mabuti at masama." 6 Ang punongkahoy ay napakaganda sa paningin ng babae at sa palagay niya'y masarap ang bunga nito. Naisip din niya na kahanga-hanga ang maging marunong, kaya't pumitas siya ng bunga at kumain nito. Binigyan niya ang kanyang asawa, at kumain din ito. 7 Nagkaroon nga sila ng pagkaunawa matapos kumain. Noon nila nalamang sila'y hubad, kaya kumuha sila ng mga dahon ng igos, pinagtahi-tahi nila ang mga ito at ginawang panakip sa katawan. 8 Nang dapit-hapon na, narinig nilang naglalakad sa halamanan ang Panginoong Yahweh, kaya't nagtago sila sa mga puno. 9 Ngunit tinawag niya ang lalaki at tinanong, "Saan ka naroon?" 10 "Natakot po ako nang marinig kong kayo'y nasa halamanan; nagtago po ako sapagkat ako'y hubad," sagot ng lalaki. 11 Nagtanong muli ang Diyos, "Sinong maysabi sa iyong hubad ka? Bakit, kumain ka ba ng bungang ipinagbabawal ko?" 12 "Kasi, pinakain po ako ng babaing ibinigay ninyo sa akin," tugon ng lalaki. 13 "Bakit mo ginawa ang bagay na iyon?" tanong ng Panginoong Yahweh sa babae. "Mangyari po'y nilinlang ako ng ahas, kaya ako natuksong kumain," sagot naman nito.

ISANG KASALANAN MARAMING KINALABASAN

Dumanas ng paghihirap sina Adan at Eba dahil sa kanilang kasalanan.

    Genesis 3:16 Sa babae nama'y ito ang sinabi: "Sa pagbubuntis mo'y hirap ang daranasin, at sa panganganak sakit ay titiisin; ang asawang lalaki'y iyong nanasain, pasasakop ka sa kanya't siya mong susundin." 17 Ito naman ang sinabi ng Diyos kay Adan: "Dahil nakinig ka sa iyong asawa, nang iyong kainin ang ipinagbawal kong bunga; dahil dito'y sinusumpa ko ang lupa, sa hirap ng pagbubungkal, pagkain mo'y magmumula. 18 Mga damo at tinik ang iyong aanihin, halaman sa gubat ang iyong kakainin; 19 sa pagod at pawis pagkain mo'y manggagaling maghihirap ka hanggang sa malibing. Dahil sa alabok, doon ka nanggaling, sa lupang alabok ay babalik ka rin."

    Ang nilikha ng Diyos tuluyan ng lumayo at naputol ang

ugnayan. Dumanas ng paghihirap kalupitan at kaguluhan walang katahimikan. Ang mundo ay magulo at walang katahimikan dahil sa kasalanan.

Sinabi ng Dios sa kanila na ang mga bagay na ito ay mangyayari kapag sinuway nila ang nag-iisang "Huwag." Ang tawag sa mga bagay na ito ay "kamatayan."

Ngayon ang nilikha ay isinilang na may salin ng kasalanan ...ito'y nasa ating DNA.

Roma 5:12 "Ang kasalanan ay pumasok sa sanlibutan sa pamamagitan ng isang tao, at ang kamatayan ay pumasok sa pamamagitan ng kasalanan. Dahil dito, lumaganap ang kamatayan sa lahat ng tao dahil ang lahat ay nagkasala."

Nawala sa nilikha ang katangiang ibinigay sa kanila ng Diyos. ang nilikha ay tuliro, alin ang tama at mali, humina ang kapangyarihan. Naging alipin sila ng kasalanan. Malayo pa rin ang nilikha sa Diyos na lumikha upang sila'y makaniig. Nalilinlang pa rin sila ng diablo na nagpapakitang kaaya-aya ang kasalanan at ang Diyos ay "matiyagang naghihintay sa atin".

NASAAN ANG ATING PAG-ASA?

Ang plano ng Dios ay higit pa sa ating kahinaan at pagsuway. Mas matalino siya kaysa sa Diablo na nagnanakaw at pumuksa. Ang plano ng Diyos ay matibay pa kaysa sa kasalanan. Ang pag-asa natin ay nakasalalay sa isang tagapagligtas, ang kasagutan at magaayos sa nawasak nating relasyon.

Ang buhay at kamatayan ng Anak ng Diyos ay ang tamang daan tungo sa magandang relasyon sa Diyos Ama, kung tatanggapin natin si Jesus, ang Diyos ng tadhana at kilalanin nating Panginoon.

Nais ng Diyos na ikaw ay isa sa kanyang pinili.

Mahal ka ng Diyos at nais niyang makilala mo siya at matutunan ang kanyang gawi. Ililigtas ka niya mula sa

kapangyarihan ng diablo at pagka-alipin sa kasalanan.
Maibabalik sa iyo ng Diyos ang mga katangiang ibinigay niya kay Adan. **Nais niyang ibalik ka sa** "wangis ng Diyos." Muli isa ka sa piniling nilikha niya at **siya ang iyong Panginoon.** Makikilala mo siya, makakasama sa tuwina at makakausap.

Balik Tanaw tayo:

ANO ANG KASALANAN?

Isaias 59:2 Ang masasama ninyong gawa ang dahilan ng pagkawalay ninyo sa Diyos. Nagkasala kayo kaya hindi ninyo siya makita, at hindi niya kayo marinig." Ayon sa Salita ng Diyos ang Kasalanan ang naglayo sa natin sa Diyos.

Sa ating mundo ngayon, maraming ayaw tanggapin ang kasalanan, gusto nilang maniwala ang ginagawa nila ay tama at ayaw magbago. Sa simula pa ang Diyos ni Abraham, Isaac at Jacob nagsabi na kasalanan ang dahilan sa pagkawalay natin sa kanya; kailangan nating hanapin ang mukha ni Yahweh kagaya ng sinabi nya kung ano ang kasalanan at ang dapat gawin patungkol dito; at saka natin makikita ang kanyang mukha at maririnig ang kanyang salita.

Pag-aralan ang mga pahayag at katanungan sa ibaba at hayaan ang Diyos na ipaunawa ang tinatawag na kasalanan, Ayon sa Diyos, paano tayo maapektuhan at kung ano ang dapat gawin patungkol dito.

Ang paggawa ng mga **kasalanan** ay hindi tayo nilikha para doon.

Ang ginagawa ko ba ay kasalanan? Tanungin ang sarili patungkol dito:

- Pinatatanda ka ba nito ng mabilis?
- Nagkakasakit ka ba at hindi malusog?
- Kailangan mo bang ipawalang-sala ang bagay na ito? O madalas mong sinasabi sa sarili mo na tama ito?
- Nararamdaman mo ba na may sala tuwing sisimulan mong gawin ito?
- Pinagtatakpan mo ba ang sarili at madalas mong gawin ito?
- Kasalanan ba ito?

Roma 6:23 "Sapagkat kamatayan ang kabayaran ng kasalanan, ngunit ang libreng kaloob ng Diyos ay buhay na walang hanggan, sa pamamagitan ni Cristo Jesus na ating Panginoon."

ANO ANG TINATAWAG NG DIYOS NA KASALANAN?

Ang 10 Utos.

Exodo 20:1 Ang lahat ng ito'y sinabi ng Diyos:

MGA PUNDASYON NG PANANAMPALATAYA

2 "Ako si Yahweh, ang iyong Diyos na naglabas sa iyo sa Egipto at nagpalaya sa iyo mula sa pagkaalipin.'

3 "Huwag kang sasamba sa ibang diyos, maliban sa akin.'

4 "Huwag kang gagawa ng imahen ng anumang nilalang na nasa langit, nasa lupa, o nasa tubig upang sambahin. '

5 'Huwag mo silang yuyukuran ni sasambahin sapagkat akong si Yahweh na iyong Diyos ay mapanibughuing Diyos. Ang kasalanan ng mga magulang ay sinisingil ko sa kanilang mga anak hanggang sa ikatlo at ikaapat na salinlahi.

6 "Ngunit ipinadarama ko ang aking pag-ibig sa libu-libong salinlahi ng mga umiibig sa akin at tumutupad sa aking mga kautusan.

7 "Huwag mong gagamitin sa walang kabuluhan ang pangalan ni Yahweh na iyong Diyos. Tiyak na paparusahan ko ang sinumang gumamit nito nang walang kabuluhan.

8 "Lagi mong tandaan at ilaan para sa akin ang Araw ng Pamamahinga.

9 "Anim na araw kang magtatrabaho, at tapusin mo ang dapat gawin.

10 "Subalit ang ikapitong araw ay para kay Yahweh na iyong Diyos; ito ay Araw ng Pamamahinga. Sa araw na ito'y huwag magtrabaho ang sinuman sa inyo; kayo, ang inyong mga anak, mga aliping lalaki o babae, ang inyong mga alagang hayop, ni ang mga dayuhang nakikipamayan sa inyo.

11 "Anim na araw kong nilikha ang langit, ang lupa, ang mga dagat at ang lahat ng nasa mga ito. Ngunit namahinga ako sa ikapitong araw. Kaya't ito'y aking pinagpala at inilaan para sa akin.

12 ""Igalang mo ang iyong ama at ina. Sa gayo'y mabubuhay ka nang matagal sa lupaing ibinibigay sa inyo ni Yahweh na inyong Diyos.

13"Huwag kang papatay.

14"Huwag kang mangangalunya.

15"Huwag kang magnanakaw.

16 "Huwag kang sasaksi nang walang katotohanan laban sa iyong kapwa.

17 "Huwag mong pagnanasaang maangkin ang sambahayan ng iyong kapwa: ang kanyang asawa, mga alilang lalaki o babae, mga baka, asno o ang anumang pag-aari niya."

Ang kasalanan ang naghiwalay sa atin sa Diyos. Gusto ng Diyos na ibalik tayo sa relasyon at ang ugnayan na meron siya sa atin ng pasimula sa hardin ng Eden.

Mateo 6:24 "Walang aliping makakapaglingkod nang sabay sa dalawang panginoon, sapagkat kapopootan niya ang isa at iibigin ang ikalawa, paglilingkuran nang tapat ang isa at hahamakin ang ikalawa. Hindi kayo maaaring maglingkod nang sabay sa Diyos at sa kayamanan."

Mga Bilang 15:37 Sinabi ni Yahweh kay Moises, 38 "Sabihin mo sa mga Israelita na habang panahon silang maglalagay ng palawit sa laylayan ng kanilang mga damit. Susuksukan nila ito ng asul na tali. 39 Gagawin ninyo ito upang maalala ninyo at sundin ang mga kautusan ni Yahweh tuwing makikita ninyo ang mga palawit na iyon. Sa ganoon, masusunod ang salita ni Yahweh at hindi ang inyong sariling nasa at kagustuhan. 40 Sundin ninyong lagi ang aking mga utos at kayo'y lubos na magiging nakalaan sa akin. 41 Ako si Yahweh na inyong Diyos. Ako ang naglabas sa inyo sa Egipto upang maging Diyos ninyo. Ako si Yahweh na inyong Diyos."

ANO ANG DAPAT GAWIN PATUNGKOL SA KASALANAN?

- Layuan ang kasalanan
- Magpasakop sa Diyos
- Labanan ang demonyo
- Lumapit sa Diyos
- Hugasan ang iyung kamay

- Dalisay na puso
- Magisip ng tama
- Magsisi sa iyung mga kasalanan
- Magbakumbaba sa harapan ng Diyos
- Layuan ang kasalanan

1 Corinto 6:18 "Huwag kayong makikiapid. Ang ibang kasalanang nagagawa ng tao ay hindi nakaka-apekto sa kanyang katawan, ngunit ang nakikiapid ay nagkakasala laban sa sarili niyang katawan."

Magpasakop sa Diyos. Pagpapasakop: Magbubunga ng karunungan at pag-akay ng Diyos.

Santiago 4:7-10

7 "Kaya nga, pasakop kayo sa kapangyarihan ng Diyos. Labanan ninyo ang diyablo at lalayuan kayo nito." 8 "Lumapit kayo sa Diyos at lalapit siya sa inyo. Linisin ninyo ang inyong mga kamay, kayong mga makasalanan! Linisin ninyo ang inyong puso, kayong pabagu-bago ang isip", 9 "Maghinagpis kayo, umiyak at tumangis! Palitan ninyo ng pagluha ang inyong tawanan, at ng kalungkutan ang inyong kagalakan! 10 Magpakumbabá kayo sa harapan ng Panginoon at itataas niya kayo."

ANO ANG DAPAT GAWIN PAG NAGKASALA?

Ating tignan ang kasalanan kung paano ito sa pamantayan ng Diyos, walang dahilan. Kailangan nating magsisi.

ANO ANG PAGSISISI?

Ang pagsisisi ay pag-amin sa kasalanan nating nagawa ayon sa pamantayan ng Diyos. Sa ating pagkakasala tayo ay nababahala, ating tinatalikdan, tumatakbo palayo sa kasalanan.

2 Corinto 7:10 Sapagkat ang kalungkutang buhat sa Diyos ay nagbubunga ng pagsisisi at pagbabago tungo sa kaligtasan. Ngunit

ang kalungkutang dulot ng mundo ay humahantong sa kamatayan.

Ang Pantaong Panghihinayang ay hindi Pagsisisi
Hebreo 12:16 -17

16"Pag-ingatan ninyo na huwag makiapid ang sinuman sa inyo, o pawalang-halaga ang mga bagay na espirituwal, tulad ng ginawa ni Esau. Ipinagpalit niya sa pagkain ang kanyang karapatan bilang panganay. 17 Alam ninyo ang nangyari pagkatapos. Hiningi niya sa kanyang ama na igawad sa kanya ang pagpapalang nauukol sa panganay, ngunit ito'y itinanggi sa kanya sapagkat hindi na niya mababago ang kanyang ginawa, anuman ang gawin niyang pakiusap at pagluha."

PAANO ANG KAHINAAN SA KASALANAN?

Pinadala ng Diyos ang kanyang bugtong na anak, na si Hesus na mamatay sa krus dahil sa atin, **tayo** ay mahina sa kasalanan. Ang isang tunay na pinanganak na muli ay may bagong kalooban at ang nilikha na iyan ay bibinigyan ng kapangyarihan laban sa kasalanan. Ito ay kasiya-siya sa Diyos.

Mateo 5:6 "Mapalad ang mga nagugutom at nauuhaw sa katuwiran,sapagkat sila'y bubusugin."

Mateo 5:8 "Mapalad ang mga may malinis na puso,makikita nila ang Diyos." Ang Diyos ay gagawa doon sa mga gumagawa kasama niya.

Lukas 12:32 "Huwag kayong matakot, munting kawan, sapagkat ikinalulugod ng inyong Ama na ibigay sa inyo ang kaharian."

Filipos 2:12 "Kaya nga, mga minamahal, tulad ng inyong buong-pusong pagsunod noong ako'y kasama pa ninyo, lalo kayong maging masunurin ngayong ako'y malayo sa inyo.Pagsumikapan ninyong maging ganap ang inyong kaligtasan nang may lubusang paggalang at pag-ibig sa Diyos, 13 sapagkat ang Diyos ang kumikilos sa inyo upang inyong naisin at isagawa ang kanyang kalooban."

Isaias 26:12 "Ikaw ang nagbibigay sa amin ng kapayapaan at anumang nagawa nami'y dahil sa iyong kalooban. 13 O Yahweh, aming Diyos, may ibang panginoong sa ami'y nanguna, ngunit ang pangalan mo lamang ang aming kinikilala! 14 Mga patay na sila at hindi na mabubuhay,"

ANO ANG SINASABI NG BIBLIA NA KASALANAN?

Galatia 5:19 "Hindi maikakaila ang mga hilig ng laman: pakikiapid, kahalayan at kalaswaan; 20 pagsamba sa diyus-diyosan, pangkukulam, pagkapoot sa isa't isa, pag- aaway-away, pagseselos, pagkakagalit at kasakiman, pagkakampi-kampi at pagkakabaha bahagi, 21 pagkainggit, paglalasing, kalayawan, at iba pang katulad nito. Muli ko kayong binabalaan: ang gumagawa ng mga ito ay hindi magkakaroon ng bahagi sa kaharian ng Diyos."

Amplified Tagalog na Pagkakasalin: Galatia 5: 19-21 "Ngayon ang gawaing nakasanayan ng laman ay malinaw at hayag: ito ang imoralidad, karumihan, kawalan ng desinte, Pagsamba sa Dios-diosan, pangkukulam, awayan, pagkakahiwa-hiwalay, pgseselos, pagkagalit at pagkamagagalitin, pagiging makasarili, pagkakabahagi, paglalabanang pananampalataya sa ispiritu, sektang may kakaibang opinion na lilihis sa katotohanan, pagkainggit, paglalasing, kahalayan at mga uri nito. Binabalaan kita sa simula pa lamang, kagaya ng ginawa ko dati, na yung mga gumagawa ng mga ito ay hindi magmamana ng kaharian ng Dios.

Ang kasalanan bilang nilikha, ay **hindi ginawa** para sa pamumuhay natin.

Sa buhay natin, binigyan tayo ng Diyos ng mga kautusan marapat na sundin. Ito ay sa ikabubuti sa nilikha niya at maging sa ibang tao. Ang hindi natin pagsunod sa Diyos ay pagkakasala.

Basahin ang Parabula ng Matatalino at Mangmang na Birhen sa Mateo 25:1-13.

Deutoronomio 30:20 "Ibigin ninyo si Yahweh, sundin siya at manatiling tapat sa kanya upang kayo at ang inyong salinlahi ay mabuhay nang matagal sa lupaing ipinangako niya sa ninuno ninyong sina Abraham, Isaac at Jacob."

Jonas 1:1 "Ang aklat na ito ay naglalaman ng mensahe ni Yahweh sa pamamagitan ni Jonas na anak ni Amitai. Isang araw, sinabi sa kanya ni Yahweh: 2 "Pumunta ka sa Nineve na isang malaking lunsod, at sabihin mo sa mga tagaroon na umabot na sa aking kaalaman ang kanilang kasalanan." 3 Sa halip na sumunod, ipinasya ni Jonas na takasan si Yahweh. Nagtungo siya sa Joppa, at doon ay nakatagpo ng isang barkong patungong Tarsis. Pagkatapos na magbayad ng pamasahe, sumakay siya sa barko upang maglakbay kasama ng iba pang mga pasahero patungong Tarsis. Sa ganitong paraan ay inakala niyang makakatakas siya kay Yahweh.

Balik Tanaw tayo:

SINO SI HESUS?

Ngayon naunawaan na natin na ang **kasalanan ang naghiwalay sa atin sa Diyos.** Tayong lahat ay makasalanan, ano ang dapat nating gawin? Ang pagkawalay na ito ay sadyang totoo.

Minsan akala natin ang pagkawalay ay kaagapay sa paglalakbay upang matagpuan ang Diyos. Kailangan natin kumilos upang makabalik at iayos ang ating relasyos sa ating makapangyarihan, walang hanganang Diyos, ang Diyos ni Abraham, Isaac at Jacob.

Aralin ang mga pahayag at katanungan sa ibaba at hayaang mangusap ang Diyos ipakilala ang kanyang katauhan sa iyo.

BAKIT TAYO NAPAHIWALAY SA DIYOS?

Ang Diyos, Manlilikha ng Sansinukob
   Lumalakad kasama si Adan at Eba sa Hardin
   Nagkasala si Adan.

Ang pagkakasala ni Adan ang nakapagpahiwalay sa Diyos at sa lbuong lahi sumunod sa kanya. *Akala madali, ngunit kagulat-gulat.*

Genesis 3:23 "Kaya, pinalayas niya sa halamanan ng Eden ang tao upang magbungkal ng lupang kanyang pinagmulan. 24 Pinalayas nga siya ng Diyos. At sa dakong silangan ng halamanan ng Eden ay naglagay ang Diyos ng bantay na kerubin. Naglagay rin siya ng espadang nagniningas na umiikot sa lahat ng panig upang hindi malapitan ninuman ang punongkahoy ng buhay."

Si Adan at Eba ay isinumpa at nawalay.

Kinailangan ang buhay at ang pagbubuhos ng dugo upang ang ating kasalanan ay magkaroon ng kapatawaran. Tinawag ito ng Diyos nay handog.

Levitico 4:35 "Kukunin niya ang lahat ng taba nito gaya ng ginagawa sa taba ng tupang handog pangkapayapaan at dadalhin sa altar. Kasama ng pagkaing handog, susunugin ito ng pari para matubos ang kasalanan ng naghandog."

Sa buong mundo, maraming relihiyon na kasama ang seremonya ng pagsasakripisyo, may pagbubuhos ng dugo paghingi ng patawaran sa kasalanan. Nagulat-gulat na ang tao ay hindi pa narinig ang Diyos at ang kasalanan ang nakapaghiwalay sa atin.

SINO SI HESUS?

Si Hesus ay anak ng Diyos.

Juan 3:16 " Sapagkat gayon na lamang ang pag-ibig ng Diyos sa sangkatauhan, kaya't ibinigay niya ang kanyang kaisa-isang Anak, upang ang sinumang sumampalataya sa kanya ay hindi mapahamak, kundi magkaroon ng buhay na walang hanggan."

Si Hesus ay Emannuel- Ang Dios ay suma sa atin sa Lupa.

Mateo 1:23 "Tingnan ninyo; 'Maglilihi ang isang birhen at magsisilang ng isang sanggol na lalaki,at tatawagin itong Emmanuel.'" (Ang kahulugan nito ay "kasama natin ang Diyos")

Si Hesus ay naging tao upang Iligtas ang sangkatauhan.

Mateo 1:21 "Magsisilang siya ng isang batang lalaki at Jesus ang ipapangalan mo sa sanggol sapagkat ililigtas niya ang kanyang bayan sa kanilang mga kasalanan."

Pinadala ng Diyos Ama, si Hesus bilang "**Ang Tunay na Handog.**"

Si **Hesus ang handog** para sa ating mga kasalanan.

Juan 1:29 "Kinabukasan, nakita ni Juan na si Jesus ay lumalapit sa kanya. Kaya't sinabi niya, "Tingnan ninyo, siya ang Kordero ng Diyos na nag-aalis ng kasalanan ng sanlibutan"

Ang handog na ito sa kasalanan ng tao ay dapat gawin minsan sa isang taon. Si Jesus ang pinakahuling handog ang kamatayan niya sa krus wala ng ibang handog na kailangan. Hindi lang hinugasan ni Hesus at nililinis ang ating nakalipas, kasalukuyan at hinaharap na kasalanan. Siya ang kumikilos sa ating puso upang patuloy tatong pigilan mamuhay sa kasalanan.

1 Juan 1:7 "ngunit kung namumuhay tayo ayon sa liwanag, gaya ng pananatili niya sa liwanag, tayo'y nagkakaisa at ang lahat ng ating kasalanan ay nililinis ng dugo ni Jesus na kanyang Anak."

SI HESUS ANG NAGBALIK SA ATIN SA AMA.

Juan 20:17 "Sabi ni Jesus, "Huwag mo akong hawakan sapagkat hindi pa ako nakakapunta sa Ama. Sa halip, pumunta ka sa aking mga kapatid at sabihin mo sa kanila na aakyat ako sa aking Ama at inyong Ama, sa aking Diyos at inyong Diyos."

Ang pinakahuling sakripisyo ni Hesus sa krus ang dahilan kaya siya ang ating tagapagligtas.

Mateo 1:21 "Magsisilang siya ng isang batang lalaki at Jesus ang ipapangalan mo sa sanggol sapagkat ililigtas niya ang kanyang bayan sa kanilang mga kasalanan."

Juan 1:1-14 Nang pasimula ay naroon na ang Salita; ang Salita ay kasama ng Diyos, at ang Salita ay Diyos. 2 Sa pasimula ay kasama na siya ng Diyos. 3 Nilikha ang lahat ng bagay sa pamamagitan niya, at walang anumang nalikha nang hindi sa pamamagitan niya. 4 Ang nilikha sa kanya ay may buhay, at ang buhay ay siyang ilaw ng sangkatauhan. 5 Nagliliwanag sa kadiliman ang ilaw, at hindi ito nagapi kailanman ng kadiliman. 6 At naparito si Juan na isinugo ng Diyos 7 upang magpatotoo sa mga tao patungkol sa ilaw at upang ang lahat ay sumampalataya dito. 8 Hindi siya ang ilaw subalit naparito siya upang magpatotoo patungkol sa ilaw. 9 Ito ang tunay na ilaw: dumarating ito sa sanlibutan upang magbigay liwanag sa lahat ng tao. 10 Dumating ang Salita sa sanlibutan ngunit hindi siya kinilala ng sanlibutang ito na nilikha sa pamamagitan niya. 11 Pumunta siya sa kanyang bayan ngunit hindi siya tinanggap ng sarili niyang kababayan. 12 Subalit ang lahat ng tumanggap at sumampalataya sa kanya ay binigyan niya ng karapatang maging mga anak ng Diyos. 13 Sila nga ay naging mga anak ng Diyos, hindi dahil sa isinilang sila ayon sa kalikasan o sa kagustuhan o sa kagagawan ng tao kundi ang pagiging anak nila ay dahil sa kalooban ng Diyos. 14 Ang Salita ay naging tao at nanirahan sa piling namin. Nakita namin ang kaluwalhatiang tunay na kanya bilang kaisa-isang Anak ng Ama. Siya ay puspos ng kagandahang-loob at ng katotohanan.

MGA PUNDASYON NG PANANAMPALATAYA

Balik Tanaw tayo:

ANO ANG PAGSISISI?

Sa ngayon mayroon tayong suliranin. Itong kasalanan ang naghiwalay sa ating Diyos. Ang Diyos ni Abraham, Isaac at ni Jacob, isinugo niya at ibinigay ang kanyang bugtong na anak na naging pangkalahatang handog alang-alang sa atin.

Paano tayo makakarating sa patutunguhan na hangad ng Diyos para sa atin?

Pag-aralan ang mga tanong at pahayag at hayaan natin si Hesus ilahad ang daan tungo sa Diyos Ama.

ANO BA ANG PROBLEMA?

Genesis 3:22 Pagkatapos, sinabi ni Yahweh, "Katulad na natin ngayon ang tao, sapagkat alam na niya ang mabuti at masama. Baka pumitas siya at kumain ng bungangkahoy na nagbibigay-buhay at hindi na siya mamatay." 23 Kaya, pinalayas niya sa halamanan ng Eden ang tao upang magbungkal ng lupang kanyang pinagmulan. 24 Pinalayas nga siya ng Diyos. At sa dakong silangan ng halamanan ng Eden ay naglagay ang Diyos ng bantay na kerubin. Naglagay rin siya ng espadang nagniningas na umiikot sa lahat ng panig upang hindi malapitan ninuman ang punongkahoy ng buhay."

Roma 3:23 "Sapagkat ang lahat ay nagkasala, at walang sinumang nakaabot sa kaluwalhatian ng Diyos."

Roma 5:12 "Ang kasalanan ay pumasok sa sanlibutan sa pamamagitan ng isang tao, at ang kamatayan ay pumasok sa pamamagitan ng kasalanan. Dahil dito, lumaganap ang kamatayan sa lahat ng tao dahil ang lahat ay nagkasala."

ANO ANG KASAGUTAN?

Pagsisisi – Naunang dumating si Juan Bautista upang ihanda ang mundo sa pagdating ni Hesus:

Mga gawa 19:4 "Kaya't sinabi ni Pablo, "Binautismuhan ni Juan ang mga tumatalikod sa kasalanan. Ipinangaral niya ang pagsisisi sa mga Israelita upang sila'y sumampalataya kay Jesus, ang dumarating na kasunod niya.""

ANG PANTAONG PANGHIHINAYANG AY HINDI PAGSISISI

2 Corinto 7:10 "Sapagkat ang kalungkutang buhat sa Diyos ay nagbubunga ng pagsisisi at pagbabago tungo sa kaligtasan. Ngunit ang kalungkutang dulot ng mundo ay humahantong sa kamatayan."

Isang halimbawa ng paghihinayang na walang pagsisisi:

Mateo 27:3 "Nang makita ni Judas na si Jesus ay nahatulang mamatay, nagsisi siya at isinauli sa mga punong pari at mga pinuno ng bayan ang tatlumpung pirasong pilak. 4 Sinabi niya, "Nagkasala ako! Ipinagkanulo ko ang dugo ng taong wala ni anumang bahid ng kasalanan." "Ano ang pakialam namin sa iyo? Bahala ka sa buhay mo!"sagot nila. 5 Inihagis ni Judas sa loob ng Templo ang tatlumpung pirasong pilak, at pagkaalis doon, siya'y nagbigti."

Hebreo 12:16 "Pag-ingatan ninyo na huwag makiapid ang sinuman sa inyo, o pawalang-halaga ang mga bagay na espirituwal, tulad ng ginawa ni Esau. Ipinagpalit niya sa pagkain ang kanyang karapatan bilang panganay. 17 Alam ninyo ang nangyari pagkatapos. Hiningi niya sa kanyang ama na igawad sa kanya ang pagpapalang nauukol sa panganay, ngunit ito'y itinanggi sa kanya sapagkat hindi na niya mababago ang kanyang ginawa, anuman ang gawin niyang pakiusap at pagluha."

Ang Banal na Pagsisisi - Ang tunay at banal na pagsisisi ay tungo sa paggawa ng hakbangin na ikakabuti sa kinatatayuan at pagtalikod sa kasalanan.

Mateo 21:29 'Ayoko po,' tugon nito, ngunit nagbago ito ng pasya at nagtrabaho sa ubasan. 30 Lumapit din ang ama sa ikalawa at ganoon din ang kanyang sinabi. At tumugon ito, 'Opo,' ngunit hindi naman pumunta sa ubasan. 31 Sino sa dalawa ang sumunod sa kalooban ng kanyang ama?""Ang nakatatanda po," sagot nila.

2 Corinto 7:10 "Sapagkat ang kalungkutang buhat sa Diyos ay nagbubunga ng pagsisisi at pagbabago tungo sa kaligtasan. Ngunit

ang kalungkutang dulot ng mundo ay humahantong sa kamatayan. 11 Tingnan ninyo ang ibinunga ng kalungkutang buhat sa Diyos, naging masikap kayo at masigasig na ipakilalang kayo'y walang kasalanan tungkol sa mga bagay na iyon. Namuhi kayo sa inyong sarili; nagkaroon kayo ng banal na pagkatakot; nanabik kayo sa aking pagdating; nagkaroon ng malasakit at hangaring maparusahan ang nagkasala! Ipinakita ninyo sa lahat ng paraan na kayo'y walang kinalaman sa mga bagay na iyon.

Mateo 5:6 "Mapalad ang mga nagugutom at nauuhaw sa katuwiran, sapagkat sila'y bubusugin."

Mateo 5:8 "Mapalad ang mga may malinis na puso, sapagkat makikita nila ang Diyos."

May mga gawa ka ba na dapat mong pagsisisihan? Naanyayahan mo na ba si Hesus ang Tunay na Handog, tanggapin sa puso at buhay mo upang magkaroon ka ng bagong buhay? May mga karanasan ka ba na ipinapagwalang bahala mo ang kasalanang nagawa, mga bagay bagay na tama sa paningin mo at hindi sa paningin ng Diyos ni Abraham, Isaac at Jacob? Marahil, nais mo ng manalangin at humingi ng kapatawaran sa mga kasalanan upang simulan ang bagong buhay na bigay ni Hesus.

Kung isinasalarawan nito ang saloobin ng iyong puso, basahin ang kabanata "ano ang dapat kong gawin upang maligtas?" Manalangin at ilahad sa Diyos ang iyong mga kasalanan at humingi ng kapatawaran. Hingiin ang bagong buhay na siya lamang ang makakapagbigay. Maghanap ka ng isang matatag na mananampalataya siyang makakatulong mo lumago sa bagong buhay bigay ni Hesus.

Balik Tanaw tayo:

ANO ANG KALIGTASAN?

Kaligtasan – Isa itong kaloob o regalo sa pamamagitan ni Hesu Kristo ang pangkalahatang "Handog," na magbabalik sa atin sa Diyos ama. upang ang tunay na nilikha niya'y maibabalik tungo sa buhay na walang hanggan kasama ng ating Panginoon.

Ang kaligtasan ay nagsisimula sa atin. Ibinigay na ng Diyos ang

Kaloob. si Hesus ay namatay at nabuhay muli para sa atin. Ano ang mabuting gawin sa kaloob na Diyos ng kaligtasan?

Pag-aralan ang mga tanong at pahayag at hayaan ang Diyos na ipakita sa iyo ang kaloob niyang kaligtasan.

BAKIT KAILANGAN NATIN NG KALIGTASAN?

Ang Diyos, ang manlilikha ng Sansinukob.
  Lumalakad kasama si Adan at Eba sa halamanan.
  Nagkasala si Adan.
  Ang pagkakasala ni Adan ang nakapagpahiwalay sa Diyos at sa buong lahi sumunod sa kanya.
  Genesis 3:24 "Pinalayas nga siya ng Diyos. At sa dakong silangan ng halamanan ng Eden ay naglagay ang Diyos ng bantay na kerubin. Naglagay rin siya ng espadang nagniningas na umiikot sa lahat ng panig upang hindi malapitan ninuman ang punongkahoy ng buhay.
  Ezekiel 36:17 "Ezekiel, anak ng tao, nang ang Israel ay unang tumira sa kanilang lupain, pinarumi nila ito sa kanilang kasamaan. Kaya, ang pamumuhay nila'y kasuklam- suklam sa akin."

ANO ANG NAGANAP SA PANAHON NG KALIGTASAN?

Ang pagkamatay ni Hesus sa krus, ay inako ang kasalanan ng sanlibutan at isinama niya sa hukay. Siya ay nanaog sa impyerno at binawi ang susi na naghihiwalay sa atin sa Diyos sa kamay ni Satanas at ito'y kanyang pinagtagumpayan. Ito ang kaligtasan at nasa sa atin kung ito ay ating tanggapin.

Ang Diyos Inihandog ay Kaligtasan:

Mula sa "A New Birth and Foundation," akda ni Rev. Agnes I. Numer
  Sa Ezekiel 36 ipinahahayag ng Diyos ang tungkol sa bagong kapanganakan. Ano ba ang bagong kapanganakan?

Sabi ng Diyos, hahanguin kita mula sa mga di kumikilala sa akin at aalisin ko sa iyo ang hindi kumilala sa akin. Kukunin ko ang nangangalunya mula sa iyo. Sabi ng Diyos, Lalagyan ko ang loob mo ng bagong diwa. Ano nga ba ang bagong diwa? Ito ang diwa na taglay ni Adan at Eba bago sila nagkasala.

Ang diwang ito ang ibabalik sa atin ng Diyos sa panahon ng bagong kapanganakan. Ano ang ibig sabihin nito? Ang ibig niyang sabihin ay hindi tayo ipapanganak na muli sa laman, Tayo ay lalagyan niya ng bagong diwa, bilang bagong pasimula sa bagong kapanganakan. Tayo ay ipapanganak muli at ibabalik sa panahon ni Adan at Eba na wala pang kasalanan at pagsasasama sa Panginoon.

Sabi ng Diyos, kukunin ko ang lahat sa iyo at bibigyan kita ng bagong diwa, ilalagay ko sa iyo ang bagong puso . Aalisin ng Diyos ang lumang puso bago niya ilalagay ang bagong puso, ito ang pusong ipinapanganak na muli para sa Panginoon. Inilagay niya ang bagong diwa at bagong puso, at iginawad niya ang Banal na Espiritu sa atin upang marinig natin ang tinig at tumalima sa kanya.

Ezekiel 36:24 "Titipunin ko kayo mula sa iba't ibang bansa upang ibalik sa inyong bayan. 25 Wiwisikan ko kayo ng tubig na dalisay upang kayo'y luminis. Aalisin ko rin ang naging mantsa ninyo dahil sa inyong mga diyus-diyosan. 26 Bibigyan ko kayo ng bagong puso at bagong espiritu. Ang masuwayin ninyong puso ay gagawin kong pusong masunurin. 27 Bibigyan ko kayo ng aking Espiritu upang makalakad kayo ayon sa aking mga tuntunin at masunod ninyong mabuti ang aking mga utos. 28 Ititira ko kayo sa lupaing ibinigay ko sa inyong mga ninuno. Kayo ay magiging bayan ko at ako ang inyong Diyos. 29 Lilinisin ko ang lahat ng inyong karumihan; bibigyan ko kayo ng masaganang ani at hindi na kayo daranas ng gutom. 30 Pamumungahin kong mabuti ang inyong mga punongkahoy at pasasaganain ang ani ng inyong bukirin upang hindi na kayo hamakin ng kapwa ninyo bansa dahil sa taggutom na inyong dinanas. 31 Maaalala rin ninyo ang inyong kasamaan, at dating kasuklam-suklam na mga gawa. Dahil dito, masusuklam kayo sa inyong mga sarili."

2 Corinto 5:17 Kaya't kung ang sinoman ay na kay Cristo, siya'y

MGA PUNDASYON NG PANANAMPALATAYA

bagong nilalang: ang mga dating bagay ay nagsilipas na; narito, sila'y pawang naging mga bago.

PAANO NAGSISIMULA ANG KALIGTASAN?

Ang tunay na pagsisisi ay ganap na pagtanggap sa handog na ginawa ni Hesus sa Krus. Tutulungan tayo ng Diyos paano mamuhay at manampalataya para sa kanya.

Roma 10:9 "Kung ipahahayag ng iyong labi na si Jesus ay Panginoon at buong puso kang sasampalataya na siya'y muling binuhay ng Diyos, maliligtas ka."

Efeso 2:8 "Sapagkat dahil sa kagandahang-loob ng Diyos kayo ay naligtas sa pamamagitan ng pananampalataya; at ang kaligtasang ito'y kaloob ng Diyos at hindi sa pamamagitan ng inyong sarili; 9 hindi ito bunga ng inyong mga gawa kaya't walang dapat ipagmalaki ang sinuman."

Juan 3: 15 "upang ang sinumang sumampalataya sa kanya ay magkaroon ng buhay na walang hanggan. 16 Sapagkat gayon na lamang ang pag-ibig ng Diyos sa sangkatauhan, kaya't ibinigay niya ang kanyang kaisa-isang Anak, upang ang sinumang sumampalataya sa kanya ay hindi mapahamak, kundi magkaroon ng buhay na walang hanggan. 17 Isinugo ng Diyos ang kanyang Anak, hindi upang hatulang maparusahan ang mga tao, kundi upang iligtas ang mga ito sa pamamagitan niya. 18 Hindi hinahatulang maparusahan ang sumasampalataya sa Anak. Ngunit hinatulan na ang hindi sumasampalataya, sapagkat hindi siya sumampalataya sa kaisa-isang Anak ng Diyos. 19 Ganito ang paghatol ng Diyos: naparito sa sanlibutan ang ilaw, ngunit inibig pa ng mga tao ang dilim kaysa liwanag, sapagkat ang kanilang mga gawain ay masasama. 20 Kinasusuklaman ng mga gumagawa ng masama ang ilaw, ni hindi lumalapit dito upang hindi mahayag ang kanilang mga gawa. 21 Ngunit ang namumuhay ayon sa katotohanan ay lumalapit sa ilaw, upang maihayag na ang mga ginagawa niya ay pagsunod sa Diyos."

BAKIT ITO ISANG PROSESO?

Pagkatapos nating tanggapin ang kaligtasan, hayaan natin ang Diyos na ang gagabay sa ating natamong bagong buhay.

Filipos 2: 12 "Kaya nga, mga minamahal, tulad ng inyong buong-pusong pagsunod noong ako'y kasama pa ninyo, lalo kayong maging masunurin ngayong ako'y malayo sa inyo. Pagsumikapan ninyong maging ganap ang inyong kaligtasan nang may lubusang paggalang at pag-ibig sa Diyos, 13 sapagkat ang Diyos ang kumikilos sa inyo upang inyong naisin at isagawa ang kanyang kalooban."

Isaias 26: 12 "Ikaw ang nagbibigay sa amin ng kapayapaan, at anumang nagawa nami'y dahil sa iyong kaloob. 13 O Yahweh, aming Diyos, may ibang panginoong sa ami'y nanguna, ngunit ang pangalan mo lamang ang aming kinikilala! 14 Mga patay na sila at hindi na mabubuhay, sapagkat pinarusahan mo at winasak na ganap, hindi na sila maaalala kailanman.

PAANO NATIN PANGALAGAAN ANG DAKILANG KALOOB NA ITO?

- Lumakad at mamuhay ayon sa liwanag ng Diyos.

1 Juan 1:4 "Isinusulat namin ito upang malubos ang ating kagalakan. 5 Ito ang aming narinig sa kanyang Anak at ipinapahayag naman namin sa inyo: ang Diyos ay ilaw at walang anumang kadiliman sa kanya. 6 Kung sinasabi nating tayo'y may pakikiisa sa kanya ngunit namumuhay naman tayo sa kadiliman, nagsisinungaling tayo at hindi namumuhay ayon sa katotohanan."

- Magkaroon ng pakikisama at pakikipisan sa Diyos at ibang manannampalataya.

7 "Ngunit kung namumuhay tayo ayon sa liwanag, gaya ng pananatili niya sa liwanag, tayo'y nagkakaisa at ang lahat ng ating kasalanan ay nililinis ng dugo ni Jesus na kanyang Anak."

- Patuloy na magpahayag o magkumpisal ang ating mga kasalanan

8 "Kung sinasabi nating tayo'y walang kasalanan, dinadaya natin ang ating sarili at wala sa atin ang katotohanan. 9 Subalit kung ipinapahayag natin sa Diyos ang ating mga kasalanan, maaasahan nating patatawarin tayo ng Diyos sa mga ito, at lilinisin tayo sa lahat ng ating kasalanan, sapagkat siya'y tapat at matuwid. 10 Kung sinasabi nating hindi tayo nagkakasala, ginagawa nating sinungaling ang Diyos, at wala sa atin ang kanyang salita."

MAARI BANG MAWALA ANG KALIGTASAN?

Hebreo 6:1 "Kaya't iwanan na natin ang mga panimulang aralin tungkol kay Cristo at magpatuloy na tayo sa mga araling para sa mga may sapat na pang-unawa na. Tigilan na natin ang muling paglalagay ng pundasyon tungkol sa pagtalikod sa mga gawang walang kabuluhan at tungkol sa pananampalataya sa Diyos, 2 tungkol sa mga iba't ibang seremonya ng paglilinis at pagpapatong ng mga kamay, at tungkol sa muling pagkabuhay ng mga patay at sa hatol na walang hanggan. 3 Magpatuloy na tayo; at iyan ang gagawin namin kung looloobin ng Diyos. 4 Sapagkat paano pang magsisisi at manunumbalik ang mga tumalikod na sa kanilang pananampalataya? Dati'y naliwanagan na sila, nakalasap ng makalangit na kaloob at naging kabilang sa mga tumanggap ng Espiritu Santo. 5 Nakalasap na rin sila ng kabutihan ng Salita ng

Diyos, at nakadama ng kapangyarihan ng Diyos na lubusang mahahayag sa panahong darating. 6 Kapag sila'y tumalikod pagkatapos malasap ang lahat, hindi na sila maaari pang maakay sa pagsisisi at mapanumbalik sapagkat muli nilang ipinapako sa krus at inilalantad sa kahihiyan ang Anak ng Diyos."

Balik Tanaw tayo:

ANO ANG BAUTISMO SA TUBIG?

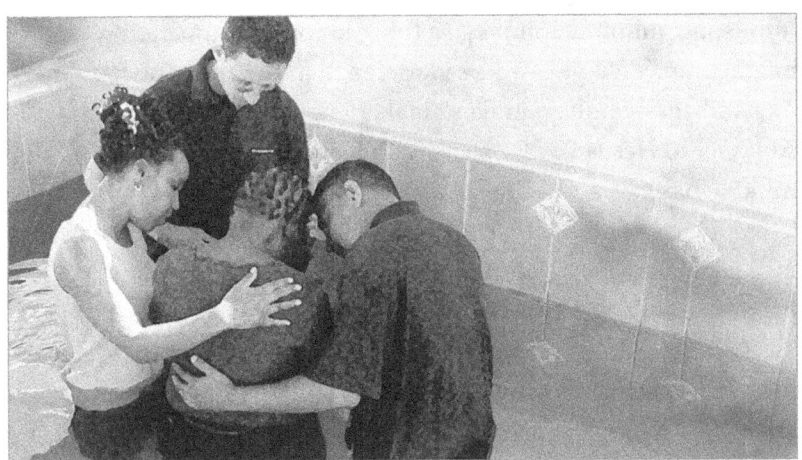

*H*ango mula sa *"The Power of Water Baptism"* ni Rev. Agnes I. Numer

Ating alamin at unawain ang kahalagahan ng Bautismo sa Tubig. Ang mabautismohan sa tubig ay isang kaganapan na wala nang hawak ang kasalanan sa atin; nalinis tayo mula sa ating karumihan. Ang bautismo ay isang paglilibing. Tayo ay nailibing at nabuhay kaisa ni Hesus. Ito ay makapangyarihang larawan ating isagawa. Ang ating hangal na kasalanan at mga makamundong mithiin ay inilibing na kasama ni Hesus. At sa ating pag-ahon, tayo ay umahon mula sa kasalanan tungo sa matuwid na buhay.

Ang pagkamatay ni Hesus sa krus ay inako niya at isinama sa libingan lahat na kasalanan ng sanlibutan. Nagtungo sa impierno, binawi ang susi at inagaw palayo kay Satanas at nagwika; ito ay aking ibibigay sa lahat ng aking tinubos Naipanalo ni Hesus ang laban sa atin.

Ito ay makahulugang pahayag sa bautismo ng tubig. Bahagi ito sa pundasyon nating espiritual.

Ang mabinyagan sa tubig ay pahayag kay Satanas, **Ngayon,wala ka** ng kontrol sa mga nilikha sila ay sumunod at lumusong, nilunod, inilubog sa tubig libingan at umahon nagtagumpay na! nakawala sa kasalanan at nakamit ang handog na panibagong buhay; mula sa makapangyarihan ng pagkabuhay. Ang sabi ni Hesus kay Satanas, wala ka ng kapangyarihan sa aking nilikha, nakawala na sa iyo. Ang aking nilkha ay may kapangyarihan, akin iginawad sa kanilang kamay, ngayon ang nilikha ay may kapangyarihan na makapaghahari sa iyo sa kapangyarihan ni Hesus ang Anak ng Diyos

Ano na ang katuruan natin? Ano ang naibigay sa tao? Wala ng paghahari si Satanas sa iyo. Kalayaan. Ang tao ay malaya na; - malaya na mula sa pahahari ni Satanas, malaya na sa kasalanan, at nahugasan sa pagkalublob sa tubig. Ang kasalanan ay ibinalik na kay Satanas, at ibinaon sa hukay. Ang bagong buhay ay ibinigay sa atin ni Hesus ayon sa kapangyarihan ng pagkabuhay muli ni Hesus Anak ng Diyos.

Kailangan mong ipamalas na buhay ka mula sa kamatayan; lahat iwanan at tinalikuran ang kamunduhan. Binago at isinama ka sa muling pagkabuhay ni Hesus at iginawad niya sa iyong mga kamay ang susi ng kanyang kaharian, ang susi makapaghari kay

Satanas. Makinig ka... lumaya ka sa kasalanan, lumaya ka sa pamamagitan ng dugong banal, sa kamatayan ni Hesus nakuha niya ang susi kay Satanas, at kaisa ka niya, nasa iyong palad na ang susi ng kaharian.

Ito ang salita ng Diyos;- ito ang kapangyarihan ng Magandang Balita sa Kaharian ng Diyos, at ng Espiritu Santo bumuhay kay Hesus ay ang nagbibigay buhay sa iyong katawang lupa.

Umahon ka mula sa tubig kalakip ang bagong buhay, ikaw isang bagong nilalang, nailuwal bilang anak ng Diyos. Ang lahat ng ito ay hindi sa tubig kundi ang layunin ni Hesus; palayain tayo. Kung hindi natin alam ang katotohanan, paano natin maisasagawa ang bautismo. Ito ay mahalagang aral pagsunod sa salita ng Diyos, ayon sa kapangyarihan ng Panginoong Hesus.

Ang biyaya ng Diyos dito magsisimula...

Ang binyagan ka sa tubig, ang kasalanan ay naiwan sa tubig, ito ang simula ng biyaya para sa iyo."

Aralin ang mga sumusunod na pahayag at tanong, hayaan mong iipakita sa iyo ng Diyos ang kapangyarihan mabautismuhan sa tubig.

SINO SI JUAN BAUTISTA?

Ang unang bautismo sa tubig nakasulat sa biblia ay isinagawa ni **Juan Bautista**. Si Juan ay dumating upang magbautismo sa ilang at ipangangaral ang bautismo ng pagsisisi sa ikapagpapatawad ng mga kasalanan. Ito ay bago sa mga Hudyo, na ang alam nilang pamamaraan ay ang pag-aahin at paghuhugas.

Isaias 40:3 " Ganito ang isinisigaw ng isang tinig: "Ihanda ninyo ang daraanan ni Yahweh sa ilang; gumawa kayo ng mga tuwid na landas na kanyang lalakaran sa ilang."

Marcos 1:1 "Ito ang simula ng Magandang Balita tungkol kay Jesu-Cristo, ang Anak ng Diyos. 2 Tulad ng nakasulat sa aklat ni propeta Isaias,"Narito ang sugo ko na aking ipadadalang mauuna sa iyo; ihahanda niya ang iyong daraanan. 3 Ito ang pahayag ng isang taong sumisigaw sa ilang: 'Ihanda ninyo ang daraanan ng Panginoon, gumawa kayo ng mga tuwid na landas na kanyang lalakaran!" 4 At dumating nga sa ilang si Juan na Tagapagbautismo nangangaral, "Pagsisihan ninyo't talikuran ang inyong mga kasalanan at pabautismo kayo, upang kayo'y patawarin ng Diyos." 5 Halos lahat ng taga-Judea at taga-Jerusalem ay pumunta kay Juan. Ipinahayag nila ang kanilang mga kasalanan at sila'y binautismuhan niya sa Ilog Jordan."

Sabi ni Juan Bautista , ang isang tunay na mananampalataya ay makikita ang pagbabago sa buhay. May prutas ng Espiritu ay pagibig, katuwaan, kapayapaan, pagpapahinuod, kagandahang loob, kabutihan, pagtatapat, matulungin, maawain, kaganapan at may kawang-gawa.

Lucas 3:8 "Ipakita ninyo sa pamamagitan ng gawa na nagsisisi kayo, at huwag ninyong sabihing mga anak kayo ni Abraham. Sinasabi ko sa inyo, mula sa mga batong ito ay makakalikha ang Diyos ng mga tunay na anak ni Abraham.

Ipinahayag ni Juan ang Messias ay darating at sa kanyang pagdating siya ay mag "babautismo gamit ang banal na espiritu at apoy."

Lucas 3:16 "Dahil dito sinabi niya sa kanila, "Binabautismuhan ko kayo sa pamamagitan ng tubig, ngunit ang darating na kasunod ko ay magbabautismo sa inyo sa pamamagitan ng Espiritu Santo at ng apoy. Siya'y higit na makapangyarihan kaysa akin; ni hindi man lamang ako karapat-dapat na magkalag ng sintas ng kanyang sandalyas."

MGA HALIMBAWA NG BAUTISMO SA LUMANG TIPAN:

Madalas, inihahanda ng Diyos ang kaniyang mga alagad patungkol sa hinaharap niyang plano. Halimbawa. Ang Israel ay nabautismuhan kay Moses sa ulap, at sa dagat.

I Corinto 10:1 "Mga kapatid, nais kong malaman ninyo ang nangyari sa ating mga ninuno noong panahon ni Moises. Silang lahat ay nalimliman ng ulap sa kanilang paglalakbay at sa pagtawid sa Dagat na Pula" 2 Tayo rin ay nabautismuhan kay Moses sa ulap at sa dagat.

BAKIT PINILI NI HESUS MAGPA BAUTISMO SA TUBIG ?

Pumunta si Hesus sa Ilog ng Jordan upang mabautismuhan ni Juan. At nung pigilan ni Juan, ang sabi ni Hesus kay Juan isagawa mo na ngayon, ito upang maisakatuparan ang katuwiran at kalooban ng Diyos. Sumunod si Hesus at isinagawa ang bautismo sa tubig bilang halimbawa. Pumanaog kay Hesus ang Banal na Espiritu pagkatapos mabautismuhan.

Mateo 3:13-17 "Dumating si Jesus sa Ilog Jordan mula sa Galilea upang magpabautismo kay Juan. 14 Ngunit tinangka ni Juan na pigilan siya at sinabi, "Ako po ang dapat magpabautismo sa inyo! Bakit kayo nagpapabautismo sa akin?" 15 Subalit sumagot si Jesus, "Hayaan mong ito ang mangyari ngayon, sapagkat ito ang nararapat nating gawin upang matupad ang kalooban ng Diyos." Kaya't pumayag din si Juan. 16 Nang mabautismuhan si Jesus, kaagad siyang umahon sa tubig. Nabuksan ang langit at nakita ni Jesus ang Espiritu ng Diyos na bumababang parang isang kalapati at dumapo sa kanya. 17 At isang tinig mula sa langit ang nagsabi, "Ito ang minamahal kong Anak na lubos kong kinalulugdan!"

1 Pedro 2:21 "Ang pagtitiis ng hirap ay bahagi ng pagkatawag sa inyo ng Diyos, sapagkat nang si Cristo ay magtiis para sa inyo, nag-iwan siya sa inyo ng isang halimbawa na dapat ninyong lubos na tularan."

Ang Panginoon, binigyan si Juan ng tanda na si Hesus ay Kristo ang Mesias at makita ang Banal na Espiritu " bumaba at nanatili sa kanya``

Juan 1:29 "Kinabukasan, nakita ni Juan si Jesus na lumalapit sa kanya. Sinabi niya, "Tingnan ninyo, siya ang Kordero ng Diyos na nag-aalis ng kasalanan ng sanlibutan. 30 Siya ang tinutukoy ko nang sabihin kong ang dumarating na kasunod ko ay higit sa akin, sapagkat siya'y naroon na bago pa man ako ipanganak. 31 Hindi ko rin siya kilala noon subalit ako'y naparitong nagbabautismo sa tubig upang ipakilala siya sa Israel." 32 Ganito ang patotoo ni Juan: "Nakita ko ang Espiritu na bumababa na parang isang kalapati na buhat sa langit at nanatili sa kanya. 33 Hindi ko nga siya kilala noon. Ngunit ang nagsugo sa akin upang magbautismo sa tubig ang siyang nagsabi sa akin, 'Kung kanino mo makitang bumabâ at manatili ang Espiritu, siya ang magbabautismo sa pamamagitan ng Espiritu Santo.'

ANO ANG BAUTISMO SA TUBIG?

Ang Bautismo sa Tubig ay sa mga mananampalataya ni Hesus, sila ay sumasangayon magpalubog sa tubig bilang simbolo ng kamatayan at pagkabuhay ni Hesus.

Mga Gawa 8:36 "Nagpatuloy sila sa paglalakbay, at dumating sa isang lugar na may tubig. Kaya't sinabi ng pinuno, "Tingnan mo, may tubig dito! Mayroon bang hadlang upang ako'y bautismuhan?" 37 Sinabi sa kanya ni Felipe, "Maaari, kung sumasampalataya ka nang buong puso." Sumagot ang pinuno, "Sumasampalataya ako na si Jesu-Cristo ang Anak ng Diyos!" 38 Pinatigil ng pinuno ang karwahe, lumusong silang dalawa sa tubig at binautismuhan siya ni Felipe."

Ang pakikiisa natin kay Hesus sa pamamagitan ng tubig bautismo ay ang pagwasak ng ating makasalanang pagkatao mula kay Adan at pag palit nito sa isang matagumpay na pamumuhay kay Hesus.

Sa bautismo sa tubig ang Banal na Espiritu ng kapangyarihang maging malaya mula sa pagkaka alipin sa kasalanan.

Hindi natin dapat payagan na maghari ang kasalanan sa ating

mga katawan. Malaya na tayo at mamuhay nang banal para sa katuwiran.

Roma 6:3 "Hindi ba ninyo alam na tayong lahat na nabautismuhan kay Cristo Jesus ay nabautismuhan sa kanyang kamatayan? 4 Samakatuwid, tayo'y namatay na at nalibing na kasama niya sa pamamagitan ng bautismo upang kung paanong binuhay muli si Cristo sa pamamagitan ng dakilang kapangyarihan ng Ama, tayo rin ay magkaroon ng panibagong buhay."

Roma 6:18 "Pinalaya na kayo sa kasalanan at kayo ngayon ay mga alipin na ng katuwiran."

SINO DAPAT ANG MABAUTISMUHAN SA TUBIG ?

Ang tubig bautismo ay isang pahayag sa buong mundo!

Ito ang tatak bilang tagasunod ni Hesus. Ito ay ang pahayag para makita ng lahat. Sa nakakaraming kultura ang taong nabautismuhan sa Kristianismo, maari mapatalsik sa communidad o napapatay. Ang bautismo ay pagpapahayag na "Ako ay isang alagad ni Hesus... at di ko ito tatalikuran."

1 Corinto 12:13 "Maging Judio o Hentil, alipin man o malaya, tayong lahat ay binautismuhan sa pamamagitan ng iisang Espiritu upang maging isang katawan. Tayong lahat ay pinainom sa iisang Espiritu."

Marcos 16:16 "Ang sinumang sumasampalataya at mabautismuhan ay maliligtas, ngunit ang ayaw sumampalataya ay paparusahan."

Mga Gawa 2:38 "Sumagot si Pedro, "Pagsisihan ninyo't talikuran ang inyong mga kasalanan at magpabautismo kayo sa pangalan ni Jesu-Cristo upang kayo'y patawarin; at tatanggapin ninyo ang kaloob ng Espiritu Santo."

ALL NATIONS INTERNATIONAL

ANG UTOS NI HESUS SA ATIN AY HUMAYO AT BAUTISMUHAN ANG LAHAT NG MGA BANSA.

Mateo 28:18 "Lumapit si Jesus at sinabi sa kanila, "Ibinigay na sa akin ang lahat ng kapangyarihan sa langit at sa lupa. 19 Kaya't humayo kayo, gawin ninyong alagad ko ang mga tao sa lahat ng mga bansa. Bautismuhan ninyo sila sa pangalan ng Ama, at ng Anak, at ng Espiritu Santo. 20 Turuan ninyo silang sumunod sa lahat ng iniutos ko sa inyo. Tandaan ninyo, ako'y laging kasama ninyo hanggang sa katapusan ng panahon."

Isang hango mula sa isinulat ni Rev. Agnes I. Numer na pinamagatan "Allowing God's Perfect Peace".

NALIPOL NI HESUS ANG "LUMANG PAGKATAO NG KASALANAN"

Ako ay naturuan sa simbahan nagangaral patungkol sa kabanalan. Inaral ko ang mga salita ng Diyos patungkol sa kanyang pamamaraan, nakita ko ang pagkakaiba. Ang tinutukoy nila ay ang nakaraang pagkakasala ng tao. Napagalaman mo ba siya? Maraming mananampalataya ang nagulumihanan? Alam mo ba ang nais ipahahag? Pinag-isipan ko ng mabuti, ang makamundong gawi ay ang nangigibabaw. Kung malakas ang loob mo o magsalita ng hindi sang ayon sa kanila, makamundo ka na." Kalimitan ang makamundong mithiin ang nakagawian sambit kung may pagkakamali. May mabuting balita sa iyo. Sabi ni Hesus, dinala ko na lahat ang kasalanan, pati na ang sumpa ay naipako na sa krus. Nalipol na ang kasalanan mula kay Adan, saan dinala? sa krus ng kamatayan.

Dinala ni Hesus sa krus. Noong tayo ay binautismuhan sa tubig, atin ang pagkakataon dalhin ang "lumang pagkatao", maibaon sa libingan. Ang Panginoon ay pinahintulutan tayong magdala ng ating kasalanan at pagkakataon ating ilibing sa krus kasama ni Hesus. Pinapasan niya sa atin ang ating kasalanan ngunit nawasak niya lahat sa kapangyarihan ng krus, ito'y handog sa lahat ng Kristiyano na makikinig at susunod sa kanya. Ang paglublub sa tubig ay kasama si Hesus sa tubig libingan at nainilibing na ang dating sarili. Alam mo na patay si Hesus, namatay na sa krus, Ang pagkakataon ibinigay ay nagpapahitawtig ng kanyang kapangyarihan buhay at kasama mo sa tubig libingan. Kasama sa paglubog at paglibing ay katuparan ng kanyang mga habilin at pagwagi sa ating kaligtasan.

Isang napakahalagang patootoo nung ibigay ni Hesus ang kanyang mga salita patungkol sa kaligtasan sa dati kong buhay ay ngayo'y isa nag ganap naligtas dahil sa ginawa ni Hesus sa krus. Nagpapasalamat ako at lahat ng aking kasalanan ay mapagwawagian sa kanyang kapangyarihan ay totoo para sa atin lahat. Amen!

Mahalaga na tayo ay mabautismuhan sa tubig para kay Hesus, at kaisa ni Hesus. Ang bautismo natin ay hindi patungkol sa simbahan, Katoliko, Metodista, Baptist, Allipay, at iba pa..o ano mang simbahan ito, ito ay bautismo para kay Hesus. Ang bautismo ni Juan ay sa tubig ng pagsisi, ang bautismo ni Hesus ay ang Espiritu Santo at apoy. **Hindi na ang katauhan ni Adan**, kundi ang bagong katauhan binago ni Hesus, kasama natin siya sa krus at sa tubig. Ang lahat ng lumang mga mithiin at pagkatao- ay nailibing na at hindi na muli babangon hangat si Hesus ang nag hahari sa ating buhay at tayo ay namumuhay sa kanyang kaharian.

At sa pagsuway Kay Hesus, tayo'y makakaranas ng matinding paghihirap. Mas mahirap sa dati mong gawi at si Satanas ay maybibibyan ng karanasang kamumuhian mo ang Diyos upang gamitin ka laban sa Diyos. subalit, kung ikaw ay mananahan, mananalig at magtitiwala a kanyang kapangyarihan, gagawin ang kanyang kagustuhan, itong kagalingan gawang bigay sa atin at kagalingan ni Hesus. Lahat ng kailangan natin upang mamuhay sa kanyang kaharian ay ibinigay niya. Sa kanya meron tayong kalayaan at katahimikan, isang katahimikan na di kailanman maaagaw sa atin. Ito ay naitalaga ng Panginoon sa atin. Ito'y kanyang inihanda para sa atin. Isinagawa ang Bautismo sa tubig upang makawala sa ating lumang katawan at kasalanan. Tayo'y pinagkalooban ng bagong buhay kalakip ang mamuhay ng may kapayapaan sapagkat lahat ay nalipol na sa krus at buhay na payapa para sa atin.

Ibinigay ng Diyos ang sagot sa atin.

Balik tanaw tayo

SINO ANG BANAL NA ESPIRITU?

Ang Diyos ay iisa. Subalit naririnig- rinig natin nay mayroong Diyos Ama, Diyos Anak, at Diyos Espiritu Santo. Tatlong katauhan sa isa. Hind ikatulad ng tubig na nag-anyo sa tatlong iba't- ibang pagkakataon, likido, *singaw*, at yelo. Silang lahat ay tubig sa kanyuan ay kakaiba. Ang Diyos ay ang tatlong magkakaiba buo sa iisang katayuan.

Ito ay bagay na hindi madaling unawain, lalo na't tayo ay mga nilalang. Ang tao ay sa isang lugar bawat panahon. Subalit isipan natin ito, tayo ay espiritu na nananahan sa katawan at may kaluluwa. Ito ang patibay na gawa tayong kawangis ng Diyos. Pag namatay ang tao, inililibing, ngunit ang espirito ng tao ay buhay magpakalainman.

Aralin ang mga sumusunod na pahayag at payagan mong ihayag ng Panginoon ang kanyang sarili sa iyo.

SINO ANG BANAL NA ESPIRITU?

Ang Banal na Espiritu ay Diyos, mayroon pagkatao. Ang Banal na Espiritu ay ipinaaalam ang ating kasalanan, bagamat walang pisikal na katawan. Minsan ang tawag sa kanila'y Espiritu Santo.

ito ay ang Banal na Espititu, siya ang gumagabay sa atin. At dahil likas sa Diyos Ama ay pag-ibig, at ang Banal na Espiritu ay Diyos, likas sa kanila ang pag-ibig.

Gumagalaw ang Banal na Espiritu sa Lupa. Gumagawa sa ating puso. Siya ang nangungusap sa ating puso. Naririnig o nararamdaman natin sa ating espiritu. Tinutuwid niya tayo sa nagkakasala .Ang Banal na Espiritu; ay naroon ng likhain ang sanlibutan.

Genesis 1:26 Pagkatapos, sinabi ng Diyos: "Ngayon, likhain natin ang tao ayon sa ating larawan, ayon sa ating wangis..."

Ang Lumang Tipan ay unang bahagi ng Bibliya bago isilang si Hesus. Ang BagonTipan ay naisulat matapos isilang si Hesus. Ang mga aklat sa Lumang Tipan ay isinulat ng mga taong "kinasihan" ng Banal na Espiritu.

2 Pedro 1:21 "sapagkat ang pahayag ng mga propeta ay hindi nagmula sa kaloobanlaman ng tao; ito'y galing sa Diyos at ipinahayag ng mga taong nasa ilalim ng kapangyarihan ng Espiritu Santo."

Ang Espiritu Santo ay nagbibigay sa atin ng pagkilos mula sa puso upang isagawa ang mga bagay nais niya. Ang Espiritu ang nagbibibgay sa atin ng kakaibang kakayanan nagmumula sa Diyos upang isagawa ang mga kalooban niya.

Kumikilos ang Banal na Espiritu sa puso ng tao. Binibigyan niya tayo ng natatanging kakayahan sa panahong kailangan upang matupad lahat ang nais ng Diyos sa atin. Ang sumusunod ay halimbawa ng pagbigay ng Diyos ng natatanging kakayahan sa pamamagitan ng Banal na Espiritu:

- Karunungan - Solomon - 1 Mga Hari 4:29- 32
- Kaalaman - Eliseo - 2 Mga Hari 5: 25-27
- Pagkilala sa mga espiritu - Alila ni Saul - 1 Samuel 16: 14-15
- Pananampalataya - Josue - Josue 10:12-14
- Mga Himala - Eliseo - 1 Mga Hari 17:17-24, 18:38

MGA PUNDASYON NG PANANAMPALATAYA

- Mga Pagpapagaling - Isaias - 2 Mga Hari 20:5
- Mga propesia - Balaam- Mga Bilang 23: 24

Maari tayong dumulog sa Banal na Espiritu para sa lahat ng kailangan kakayahan para maisagawa ang kagustuhan ng Diyos. Naparito ang Banal na Espiritu upang tulungan ang mga tao na maisakatuparan ang kagustihan ng Diyos ayon sa kalooban at kaisa ang tao maisagawa ang kalooban niya.

SINO ANG BANAL NA ESPIRITU SA ATIN?

Ang Banal na Espiritu ay:

Ating Guro. Siya ang patnubay at gabay sa atin sa Katotohanan. IIngtan at ilalayo tayo ng Banal na Espiritu sa kasinungalingan at pagdaraya. Bubulong Siya sa ating puso para hindi tayo mapariwara. Masasanay tayong mapakingan ang kanyang boses, mapagkakatiwalaan natin na turuan tayo.

Ating Mangaaliw. Siya ay lagi nating kasama, sa lahat ng oras at pagkakataon, sa oras ng dalamhati o kasiyahan. Inilalayo nya tayo sa kasinungalingan at Gusto niyang maramdaman natin ang kanyang presensya. Ang nais ng Banal na Espiritu ay humingi tayo. Ating mapagkakatiwalaan ang Espiritu na turuan tayo.

Ating Katulong. Tinutulungan tayong manalangin kahit hindi natin batid kung ano ang sasabihin. Sasamahan tayo sa maraming kaparaanan. Bibigyan tayo ng maraming espirituwal na kakayahan mula sa Diyos. Mapagkakatiwalaan natin ang tulong niya mamuhay ayon sa pamamaraan ng Diyos.

1 Corinto 12:1 Mga kapatid, ngayon, tungkol naman sa mga kaloob ng Espiritu Santo, nais kong magkaroon kayo ng wastong kaalaman...

1 Corinto 12:7 Para sa ikabubuti ng lahat, ang bawat isa'y binibigyan ng patunay na nagpapakitang nasa kanya ang Espiritu. Ang ilan sa atin ay napagkalooban ng kakayahang magsalita ng mensahe ng karunungan. 8 Ang iba naman ay pinagkalooban ng

kaalaman. Subalit iisang Espiritu ang nagkakaloob nito. 9 Ang Espiritu ring iyon ang nagkakaloob sa iba ng pananampalataya sa Diyos, at sa iba'y ang kapangyarihang magpagaling sa mga maysakit. May pinagkakalooban ng kapangyarihang gumawa ng mga himala; sa iba naman ay kakayahang magpahayag ng mensaheng mula sa Diyos, at sa iba ay kakayahang kumilala kung aling kaloob ang mula sa Espiritu at kung alin ang hindi. 10 May pinagkakalooban ng kakayahang magsalita sa iba't ibang mga wika, at sa iba naman ay ang magpaliwanag ng mga wikang iyon. 11 Ngunit isang Espiritu lamang ang gumagawa ng lahat ng ito at namamahagi ng iba't ibang kaloob sa bawat isa, ayon sa kanyang ipinasya. 12 Si Cristo'y tulad ng isang katawan na may maraming bahagi. Kahit na binubuo ng iba't ibang bahagi, ito ay nananatiling iisang katawan.

Magpkakatiwalaan natin ang Banal na Espiritu. Kailangan lang nating humiling sa kanya.

Balik Tanaw tayo:

ANO ANG BAUTISMO NG ESPIRITU SANTO?

Pag-aralan ang mga sumusunod na pangungusap at tanong at hayaang ipahayag ngEspiritu Santo ang kanyang sarili sa iyo.

ANO ANG BAUTISMO NG ESPIRITU SANTO?

Ang plano ng Diyos na ibalik ang kanyang nilika ay naisakatuparan ni Hesus sa pagdating at pagkamatay para sa atin sa krus. Nabuksan nito ang daan upang malinis ang nilikha sa pagkakasala. Kamatayan, na dapat sana ay tayo ang dumanas. Ang mga alay sa Lumang Tipan ay paglilinis lamang ng nakalipas na kasalanan, at kailangang ulitin taunan. Si Jesus ay dumating upang muling panumbalikin ang ugnayan ng mga tao sa Diyos Ama. Maaari na tayong lumapit sa Diyos ano mang oras sa pamamagitan ni Hesus.

Marubdob na pinanabikan ng Diyos ang makapiling tayong muli, makaulayaw at ibalik sa atin ang mga espesiyal na kakayahan nawala sa atin. Ang daan ay nabuksan sa pamamagitan ni Hesus. Kailangang bumalik si Hesus sa kanyang Ama pagkatapos niyang mamatay at mabuhay na muli upang maipadala sa atin ang Espiritu Santo. Batid niya ang pangangailangan natin na pananahan ng Espiritu Santo at hindi lang samahan tayo.

Juan 14:17 "Ito'y ang Espiritu ng katotohanan, na hindi matanggap ng sanlibutan sapagka't hindi Siya nakikita ni nakikilala ng sanlibutan. Ngunit nakikilala ninyo Siya, sapagka't Siya'y sumasainyo at nananahan sa inyo."

Higit pa dito ang ipinangako sa atin.

Ang Espiritu Santo ang makasusumbat sa ating kasalanan, ang nilagak na dugo ni Hesus, ang naglapit sa atin kay Hesus, na namumuno at gumagabay sa atin. Ngunit higit pa diyan ang kanyang gagawin, pangako ng Diyos Ama. INagusap kay Hesus at sabi ni Juan Bautista ay may higit pa.

Sinabi ni Juan Bautista na si Hesus ang magbabautismo ng Espiritu Santo at apoy. Ang apoy ay naglilinis at dumadalisay, nagbibigay ilaw at init (sigasig at tapang).

Lucas 3:16 "Kaya't sinabi ni Juan sa kanila, "Binabautismuhan ko kayo sa tubig, ngunit ang darating na kasunod ko ang magbabautismo sa inyo sa Espiritu Santo at sa apoy."

Mateo 3:11 "Binabautismuhan ko kayo sa tubig bilang tanda ng pagsisisi ninyo at pagtalikod sa inyong mga kasalanan; ngunit ang dumarating na kasunod ko ang magbabautismo sa inyo sa Espiritu Santo at sa apoy. Siya'y makapangyarihan kaysa akin, hindi ako karapatdapat kahit tagadala ng Kanyang panyapak."

PAANO INILARAWAN NI HESUS ANG PAGDATING NG ESPIRITU SANTO?

Makakatanggap tayo ng kapangyarihan.

Gawa 1:8 "Ngunit bibigyan kayo ng kapangyarihan pagbaba sa inyo ng Espiritu Santo, at kayo'y magiging mga saksi ko sa Jerusalem, sa buong Judea at Samaria, at hanggang sa dulo ng daigdig."

Dadaloy mula sa atin ang ilog ng tubig na nagbibigay-buhay.

Juan 7:38 Ayon sa sinasabi ng Kasulatan, 'Mula sa puso ng nananalig sa Akin ay dadaloy ang tubig na nagbibigay buhay.' 39 (Tinutukoy Niya ang Espiritung tatanggapin ng mga nananalig sa Kanya. Nang panahong iyon ay hindi pa naipagkakaloob ang Espiritu Santo sapagkat hindi pa nagaganap ang pagkamatay at muling pagkabuhay ni Jesus.) Ito ang ipinangako ng Aking Ama sa inyo.

Luke 24:49 "Tandaan ninyo, susuguin Ko sa inyo ang ipinangako ng Aking Ama..."

Gawa 1:4 At samantalang Siya'y kasa-kasama pa nila, Kanyang tinagubilinan sila,"Huwag muna kayong aalis sa Jerusalem. Hintayin ninyo roon ang ipinangako ng Ama na sinabi Ko sa inyo.

Lucas 11:13 "Kung kayong masasama ay marunong magbigay ng mabubuting bagay sa inyong mga anak, gaano pa kaya ang inyong Amang nasa langit? Ibibigay Niya ang Espiritu Santo sa mga humihingi sa Kanya!"

Gawa 2:39 "Sapagkat ang pangako'y para sa inyo at sa inyong

mga anak, at sa lahat ng nasa malayo -sa bawat tatawagin ng Panginoong Diyos.

Sinabihan silang kailangan nilang hintayin ang Espiritu Santo.

Hindi natin kayang gawin pansarili ang loobin ng Diyos. Kailangan natin mapuspos ng kanyang kapangyarihan. Ito ang dahilan kung bakit iginiit ni Hesus na samasama silang maghintay hanggang sa matanggap nila ang kapangyarihang dulot ng Espiritu Santo. ....At doon slia ang saksi.

Gawa 1:4 " At palibhasa'y nakikipagpulong sa kanila, ay ipinagutos niya sa kanila na huwag silang magsialis sa Jerusalem, kundi hintayin ang pangako ng Ama na sinabi niyang narinig ninyo sa akin."

ANO ANG KANILANG NARANASAN?

Nakaranas ng kakaiba at kamangha-mangha kaalaman ang mga tagasunod ni Hesus nang bumalik siya galing sa langit. Pagkalipas ng 50 araw na paghihintay, sa Piyesta ng Pentecostes, naranasan nila ang lahat ng ipinangako sa kanilia ni Hesus. Natanggap nila ang Bautismo ng Espiritu Santo at apoy.

> Gawa 2:1 Nang sumapit ang araw ng Pentecostes, nagkatipon silang lahat sa isang lugar. 2 At biglang narinig ang isang ugong mula sa langit, animo'y hagunot ng isang malakas na hangin, at napuno nito ang bahay na kinaroroonan nila. 3 May nakita silang wari'y mga dilang apoy na lumapag sa bawat isa sa kanila. 4 At silang lahat ay napuspos ng Espiritu Santo at nagsalita ng iba't-ibang wika, ayon sa ipinagkaloob sa kanila ng Espiritu. 5 May mga Judiong buhat sa iba't-ibang bansa, na naninirahan noon sa Jerusalem, mga taong palasamba sa Diyos. 6 Nang marinig ang ugong na ito, nagdatingan ang maraming tao. Namangha sila sapagkat sinasalita ng mga alagad ang mga wika nila. 7 Sa kanilang pagtataka ay kanilang nasabi, "Hindi ba Galileo silang lahat? 8 Bakit ang atin-ating katutubong wika ang naririnig natin

MGA PUNDASYON NG PANANAMPALATAYA

sa kanila? 9 Tayo'y mga taga Partia, mga taga Media, mga taga-Elam, mga naninirahan sa Mesopotamia, sa Judea at sa Capadocia, sa Ponto at sa Asia. 10 Meron pa sa ating taga-Frigia at Panfilia, Egipto at sa mga saklaw ng Libia na sakop ng Cirene, at mga nakikipanirahang mula sa Roma, maging mga Judio at naakit sa Judaismo. 11 May mga taga Creta at Arabia pa rito. Paano sila nakapagsasalita sa atin-ating wika tungkol sa mga kahanga-hangang gawa ng Diyos?" 12 Hindi nila maubos-maisip ang nangyari kaya't di matigil ang tanungan, "Ano ang ibig sabihin nito?" 13 Ngunit ang iba'y pakutyang nagsabi, "Mga lasing iyan!" 14 Tumayo si Pedro at ang labing-isang apostol, at nagsalita ng malakas, "Mga kababayan at naninirahan sa Jerusalem: Pakinggan ninyong mabuti ang aking sasabihin. 15 Hindi lasing ang mga taong ito gaya ng palagay ninyo, sapagkat ika-siyam pa lamang ng umaga. 16 Manapa'y natupad ngayon ang sinabi ni Propeta Joel:

17 'Ito ang gagawin ko sa mga huling araw, sabi ng Diyos; pagkakalooban ko ng Aking Espiritu ang lahat ng tao, At sangalan ko ay magpapahayag ang inyong mga anak. Ang inyong mga binata'y makakakita ng mga pangitain, at ang inyong matatandang lalaki'y magkakaroon ng mga panaginip.

18 Sa mga araw na iyon ay pagkakalooban ko rin ng Aking Espiritu, ang Aking mga alipin, maging lalaki at babae, at sa ngalan ko'y magpapahayag sila.

19 Magpapakita Ako ng mga himala sa langit, at mga kababalaghan sa lupa: Dugo, apoy at makapal na usok.

20 Magdidilim ang araw at pupulang animo'y dugo ang buwan, bago sumapit ang Araw ng Panginoon, ang dakila at maningning na Araw.

ANONG MGA GAWA ANG NAMALAS DULOT NG BAUTISMO NG ESPIRITU SANTO?

Katapangan

Si Pedro ay nangaamba, tanggapin sa harap ng isang alilang

babae na siya ay taga sunod ni Kristo, siya ay napuno ng katapangan upang tumayo sa harap ng mga libu- libong mga tao, at ipinahayag si Hesus na Anak ng Diyos, at lahat ng tao ay dapat magsisi at bumalik sa Diyos.

Mensahe mula sa Diyos

Ang Espiritu Santo ay nagbibigay ng espesiyal na upang kakayahan upang ipahayag ang salita ng Diyos sa mga tao.

Matibay na Paniniwala

Ito ay ang pagkilos ng Banal na Espiritu sa puso ng isang tao, at tinutulungan siyang matanto, at magsisi sa kasalanan. Sa pagpapahayag sa mensahe ng Diyos, mga puso ng tao ay natitinag.

Pagsisisi

Libo-libong mga tao ang umamin ng kanilang mga kasalanan, at ang pangangailangan nila sa Diyos, dahil ang Espiritu Santo ang humipo sa kanilang mga puso, nagbigay daan ito sa pagsisi ng kasalanan.

Pagsasalita ng iba't Ibang Wika

Lahat ng tao nabautismuhan ng Banal na Espiritu ay ng ibat-ibang wika ayon sa mga wika kaloob sa kanila ng Banal na Espiritu. Ang iba sa kanila ay magsasalita ng ibang wikang hindi nila napag-aralan, subalit ang mga taong galing sa ibang mga bansa na nakarinig ay naunawaan nila. Ito ang tanda at nakumbinsi sila na kumikilos ang Diyos.

Himala

Ang Banal na Espiritu ay nagbigay ng espesiyal na kakayahan sa mga apostol upang gumawa ng mga himala, bagay na lalong nakumbinsi sa paniniwala na ang mga nagaganap ay mula sa Diyos.

Gawa 2:43 "Dahil sa maraming himala at kababalaghang nagagawa sa pamamagitan ng mga apostol, naghari sa lahat ang takot."

Ang pangakong ito ay para sa atin ngayon.

Sinabi ni Pedro ang pangakong ito ay para sa kanila, sa kanilang mga anak, at para sa mga susunod na salin-lahi. Ito ay para sa lahat ng tao at kapanahunan. Ito ay pinipitang ng Ama sa mahabang panahon...Ang isauli ang nawala sa atin dahil sa kasalanan, at manumbalik ang tao puspos ng Banal na Espiritu, na may kapangyarihang katulad ng karanasan sa Gawa 2.

Gawa 2:39 "Sapagkat ang pangako ay para sa inyo at sa inyong mga anak, at sa lahat ng nasa malayo, sa bawat taong tatawagin ng ating Panginoong Diyos."

Sino ang makakatangap sa Bautismo ng Espiritu Santo?
Sinumang magsisi sa kasalanan at magpabautismo.

Gawa 2:38 "Sumagot si Pedro,"Pagsisihan ninyo't talikuran ang inyong mga kasalanan at magpabautismo kayo sa pangalan ni Jesu-Cristo upang kayo'y patawarin; at ipagkakaloob sa inyo ang Espiritu Santo."

Kahit sino maaring humingi sa Diyos Ama ng Banal na Espiritu Santo.

Lucas 11:13 "Kung kayong masasama ay marunong magbigay ng mabubuting bagay sa inyong mga anak, gaano pa kaya ang inyong Ama na nasa langit! Ibibigay niya ang Espiritu Santo sa mga humihingi sa kanya!"

Kahit sino ay makakatangap ng kaloob ng Diyos. Magsisi at magpabautismo kayo sa pangalan ni Hesus Kristo para sa ikapagpapatawad ng kasalanan, at tatanggap sa kaloob ng Banal na Espiritu.

Ang Ama natin sa langit ay may kahanga-hangang plano na ibalik sa atin ang kayang ninais ibigay kay Adan at Eba. Gusto niyang isauli ang Banal na Espiritu upang tayo ay mapuno ng kapangyarihan at apoy, at maipagpatuloy ng Banal na Espiritu and mga Gawa sa pamamagitan natin. Hilingin mo sa Ama ang kaloob na ito ngayon.

Balik Tanaw tayo:

ANO ANG DAPAT KONG GAWIN UPANG MALIGTAS

PAANO KO MALALAMAN NA PUPUNTA AKO SA LANGIT?

Dapat mong maunawaan, kailangan mo ang kaligtasan, nasa langit ang Dios at ang kasalanan ang nagpahiwalay sa atin sa kanya. ibinigay niya ang kanyang nag-

MGA PUNDASYON NG PANANAMPALATAYA

iisang anak na si Hesus, kabayaran sa ating mga kasalanan na namatay sa krus maraming taon na ang nakalipas.

Roma 3:23 Sapagkat ang lahat ay nagkasala, at walang sinumang nakaabot sa kaluwalhatian ng Diyos.

Roma 6:23 Sapagkat kamatayan ang kabayaran ng kasalanan, ngunit ang libreng kaloob ng Diyos ay buhay na walang hanggan, sa pamamagitan ni Cristo Jesus na ating Panginoon.

Roma 5:8 Ngunit ipinadama ng Diyos ang kanyang pag-ibig sa atin nang mamatay si Cristo para sa atin noong tayo'y makasalanan pa.

Kailangan nating manalig kay Hesus at magsumamo sa Dios na lumikha sa atin sa pasimula at hingiin ang isang personal na relasyon sa ating Ama, Manlilikha at Panginoon.

Ezekiel 36:24 "Titipunin ko kayo mula sa iba't ibang bansa upang ibalik sa inyong bayan. 25 Wiwisikan ko kayo ng tubig na dalisay upang kayo'y luminis. Aalisin ko rin ang naging mantsa ninyo dahil sa inyong mga diyus-diyosan. 26 Bibigyan ko kayo ng bagong puso at bagong espiritu. Ang masuwayin ninyong puso ay gagawin kong pusong masunurin. 27 Bibigyan ko kayo ng aking Espiritu upang makalakad kayo ayon sa aking mga tuntunin at masunod ninyong mabuti ang aking mga utos."

Juan 3:15 "Upang ang sinumang sumampalataya sa kanya ay magkaroon ng buhay na walang hanggan. 16 Sapagkat gayon na lamang ang pag-ibig ng Diyos sa sangkatauhan, kaya't ibinigay niya ang kanyang kaisa-isang Anak, upang ang sinumang sumampalataya sa kanya ay hindi mapahamak, kundi magkaroon ng buhay na walang hanggan. 17 Isinugo ng Diyos ang kanyang Anak, hindi upang hatulang maparusahan ang mga tao, kundi upang iligtas ang mga ito sa pamamagitan niya. 18 Hindi hinahatulang maparusahan ang sumasampalataya sa Anak. Ngunit hinatulan na ang hindi sumasampalataya, sapagkat hindi siya sumampalataya sa kaisa-isang Anak ng Diyos. 19 Ganito ang paghatol ng Diyos: naparito sa sanlibutan ang ilaw, ngunit inibig pa ng mga tao ang dilim kaysa liwanag, sapagkat ang kanilang mga gawain ay masasama. 20 Kinasusuklaman ng mga gumagawa ng masama ang ilaw, ni hindi lumalapit dito upang hindi mahayag ang kanilang mga gawa. 21 Ngunit ang namumuhay ayon sa katotohanan ay lumalapit sa ilaw, upang maihayag na ang mga ginagawa niya ay pagsunod sa Diyos."

TAYO'Y MANALANGIN KASAMA KA:

Panginoon Hesus, alam ko na ako'y makasalanan, pinili ko na gawin ang mga bagay na mali kahit alam ko piliin ang tama. Pinagsisisihan ko ang aking mga kasalanan; Baguhin mo ako at bigyan ng bagong buhay.. Ngayon, Panginoon. Maawa ka at patawarin mo ako, bigyan mo ako ng bagong puso at bagong espiritu Manahan ka at maghari sa aking puso magpakailanman. Hesus, maawa ka, ituro mo sa akin ang iyong kaparaanan upang kalugod-lugod ako sa iyo at hindi ang kamunduhan. Puspusin mo ang aking puso ng pag-ibig at pagmamahal para sa iba at gabayan mo ang aking buhay sa lahat ng pagkakataon nais ko ang pagbabago ngayon. Ako ay nakikiusap na patawarin mo ako at ilagay mo ang puso mo at ang iyong espiritu sa kalooban ko. Hesus, gabayan mo ako sa iyong landasin at hayaan mong kaluguran ko kayo at hindi ng mundong ito. Punuin mo ang puso ko ng pag-ibig at habag para sa iba at gabayan mo ako sa lahat ng araw ng buhay ko. Amen.

Ngayon, maghanap ka ng simbahan na naniniwala sa Biblia bilang Salita ng Dios. Alamin ang mga susunod na hakbang ng pagiging Kristiano, at sumunod kay Hesus, kilalanin ang Dios Ama at magpasukob sa Banal na Espiritu. Pagpalain ka ng Dios.

Balik Tanaw tayo:

HUMAYO AT GUMAWA NG ALAGAD!

*A*no ang alagad o disipulo?
   Kahulugan: Ang isang tagasunod, alagad, o magaaral ng isang guro; may isang paniniwala o pilosopiya. Sinanimo: Tagasunod, kakampi, mananampalataya, magaaral at deboto…**Sumunod ka!**
   Noong tawagin ni Hesus ang kanyang mga disipulo : "At sinabi

sa kanila , magsisunod kayo sa hulihan ko, at gagawin ko kayong mamamalakaya ng mga tao." Mateo 4:19

Hindi niya sinabi, "Sundin niyo ang inyong puso, paniwalaan niyo ang inyong mga kutob, o gawin niyo kung ano ang saloobin niyo at mga pangarap." Ito ang katuruan na makabago at karaniwang isinasagawa upang abutin ang mga pangarap; na dapat tularan dala ang tagumpay. Ginanawa ng mga tao ngayon kung alin ang tama ayon sa makataong paningin at aral.

Sabi ni Hesus, "Pasanin mo ang iyong krus at sumunod ka sa akin..." Marcus 8; 34. Sinabi rin niya," sundin ninyo ang aking mga itinuturo sapagkat ako'y maamo at mapagkumbabang loob.

Mateo 11:28 "Magsiparito sa akin, kayong lahat na nagapapagal at nangabibigatang lubha, at kayo'y aking papagpapahinga, 29 Pasanin ninyo ang aking pamatok, at magaral kayo sa akin; sapagkat ako ay maamo at mapagpakumbabang puso; at masusumpungan ninyo ang kapahingahan ng inyong kaluluwa. 30 sapagkat malambot ang aking pamatok, at magaan ang aking pasan."

Bago pa mainbento ang encyclopedia at nitong huli ang internet, ang 'search engines' pamamaraan ng pananaliksik sa komputer at maging ang 'cloud' kung saan ka makakapagtago at makakahanap ng mga impormasyon sa halos lahat ng bagay; mga kaalaman na pansayentipiko, karunungan ng 'tao-sa-tao' sa pamamagitan ng salitang bigkas sa bibig at halimbawa sa buhay. May mga 'panginoon' at mga guro; mga namumuno na puwede mong gayahin. Kung makita nila na mayroon kang katangian o kakayanan na maging mabuting alagad, upang dalhin at ituro, (ayon sa kapamaraanan nila) sa iba, at sa susunod na salin-lahi, tutulungan ka nila. Ito ang kanilang paraan upang ipalaganap ang kanilang adhikain, paniniwala o ideolohiya sa buhay. Sa mga ibang bansa mayroon din iyong konsepto ng pagsasanay kung saan ang baguhan ay matuto at mahasa sa trabaho - sa ilalim ng pamamahala ng isang dalubhasa at maalam sa kanyang propesyon. Mayroon ding mga mangangaral nagtuturo ayon sa kanilang espirituwal na kaparaanan, halimbawa ang 'Hare Krishna.' Ganoon din may mga sumusunod sa katuruan ni Mohamed ng Islam at tinatawag silang mga Muslim.

LAHAT O WALA

Sinabi rin ni Hesus, "Gayundin naman, hindi maaaring maging alagad ko ang sinuman kung hindi niya tatalikuran ang lahat sa kanyang buhay." Lukas 14:33. Kinakailangan nating talikdan ang sariling pagtugis sa buhay upang makapagpatuloy tayo sa kanya. Pagsumikapan unahin ang kaharian ng Diyos.

Aktuwal na Pagsasanay

Tinawag ni Hesus ang kanyang mga disipulong sumunod at matuto sa kanyang kalakaran na galing sa Ama. Nakasama ang mga alagad ng mahigit tatlong-taon, pumupunta sa kahit saan at gumagawa ng lahat ng ginawa ni Hesus. Itong 12 pangunahing alagad ay sama-samang kumain, naglalakbay at natutulog. Nakikita nila si Hesus na nanalangin, narinig nila siyang nagturo, at nakita nila siyang umiiyak at tumatawa rin. Tinuruan niya sila na gumawa, ginagabayan at itinatama ang mga mali. Tinuruan na isagawa ang kanyang mga ginawa, magpagaling sa anumang uri ng karamdaman, magpalayas ng mga demonyo at ang mangaral tungkol sa kaharian ng langit.

Isinugo ni Hesus ang kanyang mga alagad upang isagawa ang kanyang mga gawa

Pagkatapos na makasama nila si Hesus ng ilang panahon, isinugo sila upang magsimulang ipangaral ang mga natutunan nila kay Hesus. Nagpagaling sila ng mga may sakit, nagpalayas ng mga demonyo at simpleng nagtiwala sa Dios na magbigay sa lahat ng kanilang pangangailangan sa pangangaral. Parehong mga himalang ginawa ni Hesus ang ginawa din nila. Ipinangaral nila ang parehong mensahe na may parehong resulta. Ang mga alagad ay nagalak na ang mga tao ay gumaling at maging ang mga demonyo ay napailalim sa kanila. Sinabihan sila ni Hesus, na ang dapat nilang ikasiya na ang pangalan nila ay nakasulat sa aklat ng buhay.

Itinalaga at ikinomisyon ni Hesus ang kanyang mga alagad bago siya lumisan upang ipaabot nila sa buong mundo ang mensahe.

Noong malaman ni Hesus na malapit na siyang ibayubay sa krus, ikinomisyon niya ang kanyang mga alagad; iniutos niya ang kanilang paghayo at mangaral sa lahat ng mga bansa. Ituturo ng mga alagad ang lahat ng natutunan nila mula kay Hesus.

Sinabihan ni Hesus ang mga disipulo na isagawa ang mga himala, ituturo at ipapalaganap ang parehong mesahe ng katuruan

Sinabi ni Hesus na yung mga tatangap sa kanilang salita ay magpapagaling din ng mga may sakit, bubuhay ng mga patay at magpapalayas ng mga demonyo. Hindi sila dapat matakot sa mga bagay na nakakamatay dahil hindi sila mapapahamak. Marcos 16:16-17 "At llakip ang mga tandang ito sa magsisisampalataya; mangagpapalabas sila ng mga demonio sa aking pangalan; mangagsasalita ng mga bagong wika; Ibinigay ni Hesus and kapamahalaan sa mga alagad mangaral, magpagaling ng sari-saring sakit at sarisaring karamdaman, magpalayas ng masasamang espiritu at ikinomisyon lahat ng alagad na ituro ang mensahe sa iba.

Tinawag ni Hesus silang mga Alagad, tinawag din silang Kaibigan at tinawag din na Kapatid.

Ang kamaghamangha na katotohanan ay tayo tinawag na mga alagad, subalit tinawag din tayong mga anak ng Dios. Bahagi ng pamilya ni Hesus, at siya ay ating kapatid. Tayo ay kinupkop ng Dios Ama sa pamamagitan ni Hesus siyang daan. "Kayo'y mga kaibigan ko kung tinutupad ninyo ang aking mga utos." Juan15:14

Si Pablo na hindi nakita si Hesus na buhay, nagsabing "Gayahin ninyo ako kagaya ng pag-gaya ko kay Cristo."

Basahin ang 1 Corinto 3:6 -21. Dito, minunkahi ni Pablo na huwag ipagmalaki ninuman ang nagagawa ng tao kagaya ng ginagawa ng mundo. Ang mga taong-pinuno ay binigay ng Dios upang ituro ang mga tao sa Dios Ama. Kaya minungkahi ni Pablo sa atin; "bilang Kristiano, huwag maging mapagmataas sa katungkulan ng tao. I Corinto 3:21. Nagbabala din si Pablo sa mga namumuno na maging maingat sa pagtayo ng pundasyon na si Kristo Hesus. Sinabi ni Pablo sa versikulo 23 "At kayo'y para kay Cristo, at si Cristo nama'y para sa Diyos."

Sinulat ni Pablo na ito ang paraan kung paano tumingin sa Kristianong namumuno:

- Sila ay lingkod ni Kristo
- Batid nila ang katotohanan ng Dios
- Sila ay tagapangalaga sa mga 'misteryo' ng Dios na ibinabahagi din sa iba
- Sila ay inaasahang maging tapat na paglingkuran ang mga tagasunod ni Kristo (1 Corinto 4:2)
- "Ang katiwala'y kailangang maging tapat sa kanyang panginoon." Alam ng Dios ang motibo at puso ng bawat tao, at sa mga lihim na hangarin ng bawat isa, ang Diyos ang nagbibigay ng parangal (1 Corinto 4:5)
- Ang mga lingkod ay maging mas pusong Ama sana at hindi lang bilang isang guro. Maaring may 10,000 mga gurong lingkod, subalit tandaan, "Ako lang ang nag-iisang Ama, ani Pablo." Naging kristiano ka nung ipangaral sa iyo ang Mabuting Balita. 1 Corinto 4:15 "Kahit magkaroon pa kayo ng sampung libong tagapagturo sa pamumuhay Cristiano, iisa lamang ang inyong ama. Sapagkat kayo'y naging mga anak ko sa pananampalataya kay Cristo Jesus sa pamamagitan ng Magandang Balitang ipinangaral ko sa inyo."
- Ang buhay ng mga tagasunod ay dapat tugma sa kanilang ipinapangaral sa lahat ng kanilang pupuntahan 1 Corinto 4:17.

SA LUMANG TIPAN

Bilang alagad ng Dios ay hindi lang nagsimula sa Bagong Tipan. Ang Lumang Tipan ay nagtala ng mga istorya ng mga tao na parehong naging mabuti at masamang halimbawa sa atin.

Sinabi ng Dios ang malungkot na salitang ito patungkol kay haring Saul, "Tinalikuran niya ang pagsunod sa akin." 1 Samuel 15:10 -11.

Pangunahing sinabi ng Dios, dahil tinalikuran niya ang pagsunod sa akin, tinanggihan ko na ang kanyang pagiging hari at pinagsisihan ko na naging pinuno siya ng aking mga tao." Pangunahing sinabi ng Dios, dahil tinalikuran niya ang pagsunod sa akin, tinanggihan ko na ang kanyang pagiging hari at pinagsisihan ko na naging pinuno siya ng aking mga tao." Sa pansarili, walang sinuman ang may karapatan na manguna sa mga tupa ng Diyos, siya ang mabuting Pastol; **hindi tayo maaring manguna kung hindi tayo personal na sumusunod, nakikinig at tumatalima.**

Habang pinamumunuan ni Moises ang mga tao sa ilang, kasama nila ang Arko ng Tipan, simbolo ng presensya ni Yahweh, nasa gitna ng kampo. May ulap sa ibabaw ng kanyang presensya sa umaga at poste ng apoy sa gabi. Kapag oras na ng kanilang pag alis sa bagong lugar, ang ulap ay tataas at lahat sila ay maghahanda upang umalis. Susundan nila ang ulap. Ito ang kanilang proteksyon at direksyon. Ito ang tipo ng mga mananampalataya na pinapapangunahan ng Espiritu ng Diyos sa panahon ngayon. Ang ibang bansa ay natakot na sugurin sila dahil sa kaluwalhatian ng Diyos na kasama nila. Ngayon ang mga mananampalataya ay dapat na pinapapangunahan ng Espiritu ng Diyos. "Ang lahat ng pinapatnubayan ng Espiritu ng Diyos ay mga anak ng Diyos." Roma 8:14.

Isang halimbawa ng isang sumunod, nagtiwala at kinaluluguran ng Diyos ay si Caleb. Isa siyang nabuhay na sumunod at naniwala sa mga pangako ng Diyos kahit na ang lahat ng tao sa paligid niya ay nag-alinlangan, nagreklamo at hindi sumunod, Mga Bilang 32:11.

"Ngunit si Caleb na aking lingkod ay naiiba sa kanila. Sumunod siya sa akin nang buong katapatan, kaya makakapasok siya sa lupaing iyon, pati ang kanyang angkan." Mga Bilang 14:24

At ang taong si Enoc na lumakad kasama ng Diyos at nakausap ng Diyos. Kilala siya ni Yahweh at minahal niya ang Diyos at isang araw" kinuha siya ng Diyos." Genesis 5:22-24

PAANO MO SUSUNDAN ANG DIYOS NA HINDI MO NAKIKITA?

Sinusunod natin ang Banal na Kasulatan. Mayroong malinaw na kautusan at tagubilin sa Biblia upang gabayan tayo sa buhay na matuwid.

Sinusunod natin ang patnubay at pangaral ng Banal na Espiritu. Binibigyan tayo ng personal at tiyak na direksyon kung tayo ay sensitibo sa kanya.

Sundin natin ang mga katuruan ng mga espiritual na pinunong inilagay ng Diyos para sa ating ikabubuti.

Sumunod tayo sa mga nauna sa atin. Pulutin natin ang mga halimbawa mula sa mga taong ginamit niya sa malakas o makapangyarihang paraan. Basahin ang kanilang mga aklat para maging maalam sa maraming bagay kung paano ang Diyos ay kumilos sa buhay nila at isapamuhay din natin ito.

Tulad ni Enoc, maari din tayong lumakad na kasama ang Diyos. Makikilala natin at maririnig ang kanyang tinig, at sundin sa buong araw ng buhay natin; mga alagad niya, mga anak niya, mga kaibigan niya, kung tayo ay susunod. Para sa mananampalataya, karaniwan na marinig ang tinig ng Diyos, mahimok sa pagkilos at pangunguna ng Banal na Espirito na nakaluklok sa kaibuturan ng puso.

Isang bagay na napakalapit sa puso ng Diyos Ama ay ang mga kaluluwa ng tao; ang dahilan ng kanyang pagkamatay. Gusto niyang abutin sila at gawin silang mga alagad; mga piniling tatangap sa ating mga salita.

Humayo kayo, mangaral, magturo, bautismuhan at gawin ninyong alagad ko ang mga tao sa lahat ng bansa. Mateo 28:19-20, Marcos16:15-16.

Balik Tanaw tayo:

TUNGKOL SA MAY-AKDA

Para sa inyo na nagtataka at nagtatanong . . . ano ang kanilang ginagawa? Naalala ba ninyo ang lingkod na si Rev. Agnes I. Numer – naibahagi niya ang tungkol sa isang paaralan?

Ito na yon...

Sa Pilipinas noong 90's, kasama ako ni Agnes kapulong ang walong kalalakihan na pawang namumuno sa paaralan ng Bibliya at mga ibat – ibang Tagapaglingkod sa Pilipinas. Ibinahagi niya ang pagtatayo ng isang paaralang gusali ng pagsasanay sa Pilipinas, lahat sila ay nagmungkahi; Sister Agnes, "magbuo ka ng koponan, pangkat ng tagapagturo upang dalhin sa pagsasanay sa lahat ng aming paaralan at gawain ay mabibiyayaan." Sa nagdaang taon, bumisita kami sa ibat – ibang paaralan ng Bibliya at mga organisasyon sa Pilipinas kasama na ng Asian Center for Missions at Tribes and Nations Outreach; naibahagi namin ang mga prinsipyo at panuntunan na ibinigay ng Diyos kay Agnes; espiritwal at ng kalikasan ayon sa katuruan tulad ng: paano mabinyagan sa Espiritu Santo, panatilihin ang kalusugan sa misyon ng paghayo, kaparaan sa magparami ng mga kuneho o alagang hayop pati na ang paghahalaman, at pakikiisa sa tawag ng espiritu santo, at maayos na maibahagi ang pagmamahal at pag-ibig ng Diyos.

Marami sa inyo ang may alam sa aking pagkakasakit ng maraming taon. Isang araw, sa sa loob ng anim na buwan na lumipas bago ako gamutin ng Paniginoon, nangusap siya sa akin, "Teresa, hindi tama ang iyong ginagawa.

"Tinuturuan mo ang lahat ng taong pumapasok sa iyong

pintuan." Ako ay nagturo sa mga taong hindi handang matuto, may mga "taingang hindi nakakarinig," mga pusong hindi handa sa pagtanggap at pagsunod.

Pinabasa sa akin ng Panginoon ang 2Timoteo 2:2 "Ang mga narinig mo sa akin sa harap ng maraming saksi ay ituro mo rin sa mga taong mapagkakatiwalaan at may kakayahang magturo naman sa iba."

Nanangis ako sa Panginoon, at kami ay nagturo at nagsanay ng marami, subalit napakaunti ang humayo sa aming mga naturuan para sa mga bansa, pakiramdam ko ay maraya, nalinlang ako. Sabi ng Diyos sa akin, sinanay kita...hindi ba?" Naliwanagan at naunawaan kung lubos ako ay mahirap turuan . . paano pa ang libu-libong tao . . .ako'y nagpakumbaba humingi ng kapatawaran, at nakinig. "Panginoon, ano ang nais mong ipagawa? Ito na ang simula, at nasimulan na kung saan ito na ngayon.

Samantala, hindi katagalan, bago kami lumipat, sinabi ng Diyos sa akin, (Teresa) Ako'y magtatayo ng paaralan. Hindi ito isang gusali, ito ay isang napakikilos na paaralan. Hindi para sa mga suwail, kundi para sa lahat na may magandang kalooban, tengang makikinig, pusong maunawain, at kaloobang masunurin. Naalala mo ba ito?

Habakkuk 2:2 Ito ang tugon ni Yahweh: "Isulat mo nang malinaw sa mga tapyas ng bato ang pangitaing ipahahayag ko sa iyo, upang sa isang sulyap ay mabasa agad at maipabatid ito."

Ang kasulatang ito ay nangusap sa aking kalooban sa maraming taon. Nagsimula kami paunti – unti...at ngayon na ang takdang panahon. Panahon na upang basahin at isakatuparan...Naisip ba ninyo noong panahon ng ika 7 siglo bago dumating si Hesus at naisulat ang aklat ni Habakkuk – noon wala pang mga Ipads o Electronic na gamit. Ang kurikulum na ito ay naisagawa at angkop sa gamit na "tableta." May nilalaman karagdagang video kaakibat ang "tableta." Ngayon, sa pamamagitan ng kawad o kable, ang taga Aprika ay magagamit ang "tableta" para makapagpatayo ng sariling paaralan o sentrong pangkasanayan ng Bibliya.

Pinahalagahan namin ang pagpapalaganap sa mabilis na pamamaraan. Tumatanda na kami at mabilis ang panahon na lumilipas. Layunin naming maipamahagi ang katotohanang ito ng malawakan at mabilisan ayon sa kalooban ng Diyos. Aming hangarin ay mapagkalooban ang mga Pastor at manggagawa ng pagkakataon maisalin at maturuan ang kanilang mga mangangaral at kasapi.

Ano ang Kabuunan ng kurikulum?

Dahil sa pakikipagtulungan at pakikipagunayan sa maraming Bible School, wala sa aming hangarin magtayo ng paaralan magtuturo ng mga kaparaanan aralin at ipaliwanag ang Bibliya at ang paggawa ng sermon....ang aming layunin ay....

2 Timoteo 2:2 "Ang mga narinig mo sa akin sa harap ng maraming saksi ay ituro mo rin sa mga taong mapagkakatiwalaan at may kakayahang magturo naman sa iba."

Ito ang naituro sa amin ni Agnes, ang banal na Espiritu: Paano malilinis ang ating sarili, paano makinig sa kanyang boses, paano isagawa at maipamalas ang pag-ibig ng Diyos at paano tayo hahayo sa mga bansa.

Para sa iba, pangkaraniwan lang ito. Para sa akin, ito ang buhay at kaligtasan. Dahil sa nangusap ang Diyos kay Agnes, ito ako nakarating sa kinatatayuan ko ngayon at naglilingkod sa Diyos, ito ako, ang bunga ng katuturuan paano makinig sa boses ng Diyos.

Nagtagumpay ako sa aking pakikinig kaakbay ang kalikasan at espiritual sa pamamahayag. Dahil kay Hesus, naibalik tayo sa Ama ... kung wala ang "Ang - Saloobin" mga itinuro ni Hesus sa Mateo 5: "Ang Saloobin," malamang wala ako sa tamang pagiisip at nagising sa katotohanang nailahad sa Isaiah 26. Ako'y nagpupuri at nagpapasalamat sa Diyos binago niya tayo, ang mapalaya sa makasalanang buhay at kaisipan at sa mga "diyos – diyosan."

Sa aking paglalakbay sa mundo, nakikita ko ang mga pastor at namumuno ay nahihirapan kung ano ang ituturo sa mga pastol. Maari, hindi sila nagkaroon ng pagkakataong maka-pagaral sa "Bible School"...o kaya'y hindi nila kayang tustusan ang pag-aaral.

Pinahahalagahan ko ang pagkakataong ito magpasalamat sa karanasang naibahagi ang maraming oras, ng manunulat, may akda, manlilikha (artist), mga boluntaryo.... nabuo ang simpleng araling ito upang maibahagi ang magandang balita sa mundo.

Ito ang unang edisyon. Magpapatuloy kaming gagawa ng mga videong karagdagan sa pagtuturo; ito lamang ang paraan nang paglilingkod ni Rev. Agnes maibahagi ang ebanghelyo, malalim, makahulugan at makatotohan.

Ninanasa kong makita kayo at maipamahagi ang kaloob ng Diyos sa inyo at mangagsitibay na ipamahagi ang mabuting balita sa inyong puso, sanayin, para maranasan ang kalayaan, kapayapaan, kapangyarihan at kakayahan; ipamalas at ipadama ang kanyang pag-ibig sa mga bansa.

Sana'y patuloy tayong magkaisa gumawa at samantalahin ang pagkakataon . . . katastaasang paluwalhatian ang Panginoon.

Ang sabi Mateo 24:14 "Ipapangaral sa buong sanlibutan ang Magandang Balita tungkol sa paghahari ng Diyos upang ang lahat ng bansa ay makarinig nito. At kung maganap na ito, darating na ang katapusan."

Hayaan ninyong dalhin kayo ni Hesus sa mga bansa...
Teresa Skinner
Project Director

www.ingramcontent.com/pod-product-compliance
Lightning Source LLC
Chambersburg PA
CBHW052203110526
44591CB00012B/2062